ఆనందోబ్రహ్మ

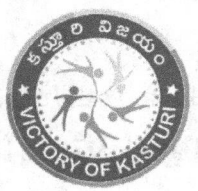

కస్తూరి విజయం
VICTORY OF KASTURI

పద్మజ పామిరెడ్డి

Anando Brahma

by

Padmaja Pamireddy

Copy Right: Padmaja Pamireddy

Published By: Kasturi Vijayam

Published on:Jul/2024

ISBN (Paperback): 978-81-974474-3-3

Print On Demand

Ph:0091-9515054998

Email: Kasturivijayam@gmail.com

Book Available

@

Amazon, flipkart

ఆనందో్బ్రహ్మ ఎందుకు

కస్తూరి విజయం, వస్తు వైవిధ్యాన్ని సాహితీ ప్రేమికుల కోసం చేస్తున్న ప్రయత్నాల్లో భాగంగా ఇప్పటి వరకూ ఒకే అంశం పై కథలు, వ్యాసాలు, విమర్శ, బహుమతి పొందిన కథలు ప్రింట్ ఆన్ డిమాండ్ పద్ధతిగా, అంతర్జాతీయంగా, తక్కువ ఖర్చుగా పాఠకులకు అందిస్తున్నాం. వాటి తరువాత తీసుకువస్తున్నదే ఈ 'ఆనందో బ్రహ్మ' హాస్యకథల సంకలనం.

హాస్య కథల ప్రచురణ , అంత సులభం కాదని,ఈ పని మొదలుపెట్టాక అర్థమైంది. ఎందుకంటే, ఒక వైపు నవ్వించే కథకులకు ఎంతో కరువుంది. మరో వైపు హాస్య రచయితల ప్రోత్సాహానికి ఏ వేదిక సరిగ్గా లేదు. హాస్య రచయితలు పుట్టుకు రావాలంటే మనం వాళ్లను గౌరవించాలి.

హాస్య రచయితలకు ఎంత కరువుందో! ఈ పద్యం చెబుతుంది.

కరుణరసం కావాలా? గ్లాసులతో పోసుకో
బీభత్సం కావాలా? బిందెలతో పోసుకో
భయానకం కొరత లేదు – బ్రతుకంతా అదేగా
హాస్యరసం కావాలా? చెంచాతో వేసుకో!

హాస్య కథలు రాయడానికి చాలా వివేకం కావాలి. హాస్యం పండాలంటే, రచయితలోనూ చాతుర్యం ఉండాలి. హాస్యం రోగ నిరోధక శక్తినిస్తుంది. ఆరోగ్యకరమైన హాస్యాన్ని అందించే 17 కథల్ని ఏరి మీ ముందుకు తెస్తున్నాం. ఇందులో పగలబడి నవ్వించేవి, చిరునవ్వులు తెప్పించేవి ఎన్నున్నాయో పాఠకులే తేల్చాలి.

'ఆనందో బ్రహ్మ' కి హాస్య కథలు పంపిన రచయితలందరికీ, ఎన్నికైన మీ సృజనాత్మక కథల హాస్య భావానికి మా హృదయపూర్వక అభినందనలు...

మా ప్రయత్నానికి అండగా నిలబడడమే గాక, పుస్తకంలోని అచ్చు తప్పులు చాలా వరకు తగ్గించిన శ్రీమతి హిమబిందు వంగిపురపు గారికి... కవర్ డిజైన్ చేసిన చిత్రకారుడు, తుంబలి శివాజీ గారికి... ఈ పుస్తక సంపాదకత్వం వహించి, కంటెంట్ డిజైన్ నుండి ఈ పుస్తకం కథకులు, పాఠకులకు ప్రపంచవ్యాప్తంగా చేరేంతవరకు తోడుగా నిలబడి శ్రమించిన శ్రీమతి పద్మజ పామిరెడ్డి గారికి కృతజ్ఞతలు...

కస్తూరి విజయం.

హాస్యవల్లరి

అలకా...

కె రవి కుమార్

"ఈరోజు సుప్రసిద్ధ రచయిత్రి అలకా గారికి కేంద్ర సాహిత్య విదుషీమణి బిరుదుతో పాటు బంగారు కంకణం అందజేయబోతున్నాం. ఇంతటి మహద్భాగ్యం మన సంస్థకు కలిగినందుకు, ఈ సంస్థ చైర్మన్ గా నేను ఎంతో సంతోషిస్తున్నాను. ఈ బహుమానం అందుకోవడానికి నూటికి నూరుపాళ్లు అలకా గారు అర్హులు. వారిని సాదరంగా వేదిక మీదకి ఆహ్వానిస్తున్నాను. ఆవిడ ఈ వేదికను అలంకరించి ఈ బహుమతిని మా సంస్థ కితాబు తరపున మరియు కేంద్ర సాహిత్య అకాడమీ తరపున అందుకోవల్సినదిగా వేడుకుంటున్నాను" అని కితాబు సంస్థ చైర్మన్ బుచ్చిబాబు ఉపన్యసించారు.

ఆయన ఉపన్యాసానికి జోడుగా ఆ సభంతా నిండి ఉన్న ఆహుతుల కరతాళ ధ్వనుల మధ్య అలకా సభ మీదకి అడుగు పెట్టింది. కేంద్ర సాహిత్య అకాడమీ చైర్మన్ శ్రీ పోలయ్య నాయుడు మరియు కితాబు సంస్థ చైర్మన్ బుచ్చిబాబుల చేతుల మీదుగా కేంద్ర సాహిత్య విదుషీమణి బిరుదు కల్గిన మెమెంటోను అందుకుంది. అక్కడున్న పెద్దలందరూ అలకా కి స్వర్ణ కంకణం తొడిగారు.

ఇప్పుడు కేంద్ర సాహిత్య విదుషీమణి బిరుదాంకితురాలైన అలకా గారు ప్రసంగిస్తారు అని అలకా కి మైక్ అందించాడు బుచ్చిబాబు.

"నేను కవితలు, కథలు వ్రాయడం మొదలు పెట్టి కేవలం రెండు సంవత్సరాలే అయ్యింది. ఇంత అనతి కాలంలోనే నేను సుప్రసిద్ధ కేంద్ర సాహిత్య అకాడమీ అవార్డును అందుకుంటానని కలలో కూడా ఊహించలేదు. ఇదంతా నా పూర్వ జన్మ సుకృతం మరియు నా వెనుక నుండి నన్ను నడిపిస్తున్న నా పతి దేవుడు రాంబాబు గారి ప్రోత్సాహమని నేను నమ్ముతున్నాను. ఈ సత్కారం ఆయనతో పాటు అందుకుంటే బాగుండునని నా కోరిక. అందుకే ఆయనను కూడా ఈ వేదిక మీదకి ఆహ్వానిస్తున్నాను" అని రాంబాబు ని కూడా వేదిక మీదకి తీసుకుని వచ్చింది.

అందరూ ఇద్దరినీ పెద్ద పూల దండతో సత్కరించారు. ఇదంతా ఈయన దయ వల్లే అని మొగుడి కాళ్ల మీద పడి ఆశీర్వచనం తీసుకుంది. "నేను ఈరోజు ఇంత గొప్ప రచయిత్రినై ఇంత పేరు సంపాదించానంటే అదంతా మీ సహకారమే! మీరే గనుక లేకుంటే నేనేమి అయిపోయేదాన్నో! జన్మ జన్మలకు మీరే నాకు భర్తగా రావాలని ఆ దేవుణ్ణి

కోరుకుంటున్నాను" అని గట్టిగా అంటోంది అలకా.

ఇంతలో తన తలమీద ఎవరో కొట్టినట్టనిపించి కళ్లు తెరచి చుట్టూ చూసింది. తను పరుపుపై ఉండడం, తన భర్త తన పక్కనే కాఫీ కప్పుతో నిలబడడం చూసి ఇప్పుడు జరిగినదంతా కల అని అర్థమయ్యింది.

"ఓహో! ఇదంతా కలా? ఎంత మంచి కలను పాడు చేసారు కదండీ" అని వాపోయింది అలకా.

"ఏమే అలకా! అంటే అన్నానంటావు. పడుకుని ఈ కలలు, కలవరింతలు ఏమిటి చెప్పు? రాత్రి డేట్ మారితేనే గాని పడుకోవు. పగలు సూరిబాబు నెత్తిమీద కొస్తేగానీ లేవవు. నీ పద్ధతి ఏమిటో నాకర్థం కావట్లేదు అలకా!

ఈ ఇంటెడు చాకిరీ నేను చేయలేక నడుం నర్తనశాల అయ్యిపోతోందనుకో. నువ్వు నాకు సాయం చేయకపోగా, నువ్వు చెప్పే కథలు, నవలలు నన్నే వ్రాయమంటావు. వ్రాసీ, వ్రాసీ నా చెయ్యి ఇక పనిచేయలేనని మొరాయిస్తోంది. అయినా పట్టు వదలని విక్రమార్కుని లా నీ పంతమేమిటి చెప్పు. ఒక్కగానొక్క మొగుణ్ణి ఎంత అపురూపంగా చూసుకోవాలి. ఇది నీకు న్యాయమా చెప్పు?" అని దీనంగా అడుగుతూ, పెళ్లానికి కాఫీ కప్పు అందించాడు రాంబాబు.

"అన్నీ తెలిసి మీరు కూడా అలా అంటారేమిటండీ? ఇదంతా నా కోసమా? నేను మీకోసం కష్టపడుతున్నానని మీకు తెలియదూ? నాకు పేరొస్తే మీకు వచ్చినట్టు కాదా?" అని గారంగా అడిగింది అలకా.

"ఏదో పొరపాటున పెళ్లైన కొత్తలో యద్దనపూడి సులోచనా రాణి గారన్నా, ఆవిడ రచనలన్నా అభిమానం గనుక, నువ్వు కూడా వ్రాయకూడదు అని నా గ్రహ బలం బాగోలేక, ఒక తింగరి కోరికను సరదాగా కోరాననుకో. నువ్వు మరీ ఆ మాటను పట్టుకుని, అన్ని పనులూ వదిలేసి ఇలా రీమ్ లు, రీమ్ లు తెల్ల కాగితాలను నీ పైత్యంతో నింపేయడం ఏమైనా భావ్యమా చెప్పు" అని మరల దీనంగా అడిగాడు రాంబాబు.

"మీరు సరదాగానే అడిగారండి. కానీ నేను దాన్ని చాలా సీరియస్ గా తీసుకున్నాను. మీరు అడిగిన ఆ ఒక్క కోరికను తీర్చలేనా అనుకున్నాను. భర్త అడిగిన ఒక్క కోరికను కూడా తీర్చ లేకపోతే నా బ్రతుకుకి సార్థకత లేదండి. ఎప్పటికైనా మంచి రచయిత్రి అని అనిపించుకుంటానండి. ఆ తర్వాతే నేను శాంతించేది" అని ఆవేశంతో ఊగిపోతూ చెప్పింది అలకా.

"ఊరుకో అలా, ఊరుకో! ఎక్కువ ఆయాస పడకు. నీకేమైనా అయితే పెళ్లాం లేని మొగుడిని

అయిపోతాను. శాంతించు" అని ఊరుకోబెట్టాడు రాంబాబు.

"అన్నట్టు, కరడు గట్టిన దొంగ, ఇప్పుడు మారిపోయి మంచి మనిషిగా మారినతని ఆచూకీ తెలుసుకోమన్నాను. తెలుసుకున్నారా, లేదా?" అని అడిగింది అలకా.

"ఎంక్వయిరీ చేసాను. ఈరోజు రమ్మన్నారు. అయినా, అలా మాజీ దొంగలను ఇంటర్వ్యూ చేయడమేమిటే? మరీ నీ పైత్యానికి హద్దులు లేకుండా పోతున్నాయి" అని అడిగాడు రాంబాబు.

"చెప్పాను కదండీ! గొప్ప గొప్పోళ్లు వాళ్ల ఆత్మకథలు వాళ్లే రాసుకుంటారు. కానీ పాపం, దొంగలు ఎలా వాళ్ల ఆత్మకథని రాసుకోగలరు. జీవితంలో ఎన్నో కష్టాలు పడి దొంగలుగా మారి, వారి జీవితాన్ని నాశనం చేసుకుని, మరలా మంచి మనుషులుగా మారిన వారికి కూడా ఆత్మకథలు ఉంటాయి. వాటి వెనకాల ఎన్నో ట్విస్టులు ఉంటాయి. వాటిని నేను రాసి ఈ సాహిత్య లోకంలో కొత్త పుంతలను తొక్కుదామనుకుంటున్నాను. మీరు వెళ్లి ఆ దొంగను తీసుకురండి" అని గట్టిగా చెప్పింది అలకా.

పెళ్లాం మాటకు ఎదురు చెప్పలేక దొంగను తీసుకుని రావడానికి బయటకు వెళ్లాడు రాంబాబు.

★★★

అప్పుడే భర్తతో పాటు కారు దిగి ఇంట్లోకి వస్తున్న గజదొంగ గంగులు కి హారతి పళ్లెంతో ఎదురు వెళ్లింది అలకా. గంగులు నుదుటిన పెద్ద కుంకుమ బొట్టు పెట్టి, హారతిచ్చి లోపలికి ఆహ్వానించింది. రాగానే కాఫీ ఇచ్చి సోఫాలో కూర్చోబెట్టింది. అతనితో ఇంటర్వ్యూ మొదలుపెట్టింది.

"అసలు మీరు దొంగగా మారాల్సిన అవసరం ఎందుకు వచ్చింది?" అని అడిగింది అలకా.

"పుట్టిన ఎంటనే ఎవురైనా దొంగగా మారిపోతారా సెప్పు సెల్లమ్మా? నేనూ అట్టాగే సిన్నప్పుడు సానా మంచోడిని. మాది సానా బీద కుటుంబం. ఒక్కొక్కసారి మూడు పూటలా కూడా పస్తులుండేటోళ్లం. కొంచెం పెరిగి పెద్దోడినయ్యాక ఇయన్నీ సూత్తా ఉండలేకపోయినాను. ఒకపక్క మా నాయనకు పచ్చపాతం, మా యమ్మకి టీబీ. మా సెల్లెలి గుండెలో సిల్లుపడింది. అది ఎప్పుడు పోతాదో ఏ డాట్టరూ సెప్పనేకుండా ఉన్నారు. ఇక మా తమ్ముడికి పోలియో వచ్చి ఇంటిలోనే కూకున్నాడు. దీనికి తోడు పెళ్లి సేసి పంపిన మా యక్క, మొగుడు వదిలేసినాడని

సంటి గుడ్డుతో మా ఇంటికి వచ్చేసినాది" అని కొంత బాధతో చెప్తున్నాడు గంగులు.

గంగులు చెప్తున్న తన బాధలు విన్న అలకా వెక్కి వెక్కి ఏడ్చేస్తోంది. ఆ నీరు నిండిన కళ్లతో, తను రాస్తున్న అక్షరాలు కూడా కనబడడం లేదు. కళ్లు తుడుచుకుంటూ, ముక్కు చీదుకుంటూ, మధ్య, మధ్యలో గంగులుని ఓదార్చుతూ, తన రచనను సాగిస్తోంది అలకా.

"ఇక ఆ సమయంలో నాకేటీ తోయనేదు. సిన్న, సిన్న దొంగతనాలు మొదలెట్టినాను. నేను దొరికితే పట్టుకుని కొట్టేటోరు. కొందరైతే పోలీసోళ్లకు అప్పసెప్పేటోరు. ఆళ్లు ఒళ్లు కుళ్లపొడిసేసేవోరు. ఇక ఇట్టా లాభం నేదని ఎదురు తిరగడం మొదలెట్టినా. అడ్డొచ్చినోడిని అడ్డొచ్చినట్టు కొట్టుకుంటూ, దొంగతనాలు సేసుకుంటూ, ఎవరికీ దొరక్కుండా పోతన్నాను. ఇప్పుడు నేనంటే పోలీసోళ్ళకు కూడా దడుపే. మనం బయపడితే ఈ సమాజం సానా బయపెడతాదమ్మా! అదే ఎదురుతిరిగి మనం భయపెడితే మనల్ని సూసి భయపడతాది. నేను అదే పాఠం నేర్సుకున్నానమ్మా!" అని అన్నాడు గంగులు.

చాలా మంచి పని చేసావన్నట్టు గంగులు భుజం మీద "శభాష్! అన్నయ్యా" అని తన చేత్తో చరిచి

ఎంకరేజ్ చేసింది. గంగులు కూడా అలకాని చెల్లెలిని చూసినంత ఆరాధనా పూర్వకంగా చూస్తున్నాడు.

"ఇంత విశాలమైన దొంగ రాజ్యాన్ని విస్తరింప జేసారు కదా! మీ ముఠాలో, మీతో పాటు ఎంతమంది దొంగలుంటారు?" అని ఉత్సుకతతో అడిగింది అలకా.

"మొదట నేనొక్కడినే ఉండేవాడిని. తర్వాత్తర్వాత సానామందికి కోచింగ్, గట్రా ఇచ్చి మంచి నిఖార్సయిన దొంగలుగా సేసినాను. ఇప్పుడు సుమారు గా ఒక వంద మంది ఉంటాము. మా ముఠా సంవత్సరం టర్నోవర్ ఐదు వందల కోట్లు ఉంటాది " అని చాలా గర్వంగా చెప్పాడు గంగులు.

ఆ మాట విని ఆశ్చర్యపోయింది. "మీరూ ఉన్నారు, ఎందుకూ పనికి రాకుండా" అన్నట్టు రాంబాబు కేసి చూసింది. రాంబాబు కూడా నిశ్చేష్టుడై చూస్తుండిపోయాడు. "హాయిగా ఉద్యోగం మానేసి, ఈ ముఠాలో చేరిపోతే భలే ఉంటుంది కదా!" అని మనసులో అనుకున్నాడు.

అప్పటికే బాగా చీకటి పడిపోయింది. తను చేయాల్సిన ఇంటర్వ్యూ ఇంకా మిగిలి ఉండిపోవడంతో, రాంబాబు ఎంత చెప్తున్నా వినకుండా, ఆ రోజు రాత్రి గంగులు కి గెస్ట్ రూమ్ లో ఆశ్రయమిచ్చింది అలకా.

"అన్నయ్యా, ఈ పూటకి నువ్వు ఆ గదిలో హాయిగా రెస్ట్ తీసుకో! నీకు ఏ కూరంటే ఇష్టం? చెబితే మా ఆయన బాగా వండి పెడతారు" అని చెప్పి అతని ఇష్టాయిష్టాలు తెలుసుకుంది అలకా.

గంగులు కూడా సొంత చెల్లెమ్మతో ఆప్యాయంగా మాట్లాడినట్టు మాట్లాడుతున్నాడు. రాంబాబు చేత తనకు ఇష్టమైన వంటలు చేయించుకుని తిన్నాడు ఆ పూట. కొత్తగా చిగురించిన ఈ అన్నాచెల్లెళ్ళు ప్రేమను దూరం నుంచే చూస్తూ ఏదో జరుగుతోందని ఆందోళనతో ఉన్నాడు, రాంబాబు.

★★★

తెల్లవారింది. మత్తు వదిలి కళ్లు తెరిచి చూసేటప్పటికి అలకా, రాంబాబులిద్దరూ చెరొక కుర్చీలో కట్టబడి ఉన్నారు. ఒంటిమీద బట్టలు తప్ప ఇంటిలో ఏ సామానూ లేదు. ఇల్లంతా ఖాళీగా ఉంది. ఇంతలో పోలీసులు అక్కడకి వచ్చారు. వాళ్ల నోట్లో కుక్కిన గుడ్డ

ముక్కలు తీసారు. వాళ్లు జరిగిన దంతా చెప్పి లబోదిబో మన్నారు. ఈలోపు వీళ్లింటి చుట్టుపక్కల వాళ్లు కూడా వచ్చి వాపోయారు. సుమారు చుట్టుపక్కల పదిహేను ఇళ్లు దోచుకుపోయారు గంగులు అండ్ బ్యాచ్. దీనికంతతికీ కారణం ఈమే అంటూ అందరూ అలకా వైపు వేళ్లు చూపించారు. పోలీసులు అలకాను అరెస్ట్

చేసి పోలీసు స్టేషన్ కి తీసుకుని వెళ్లిపోయారు. అలకాని లేడీ కానిస్టేబుళ్లని పెట్టి కుళ్లపొడిపించేసారు.

“ఏరా రమేష్? మా ఆవిడ పరిస్థితి ఏమిటి? ఆ గంగులుని అరెస్ట్ చేసారా?” అని అడిగాడు రాంబాబు, తన ఫ్రెండ్ ఎస్ఐ రమేష్ తో.

“హా! నువ్వు ముందుగా ఇచ్చిన ఇన్ఫర్మేషన్ వల్ల సులువుగా ఆ గంగులుని పట్టుకోగలిగాం. థాంక్స్ ఫర్ యువర్ ఇన్ఫర్మేషన్” అని చెప్పాడు రమేష్.

“మా ఆవిడ పరిస్థితి ఏంటి? మళ్లీ రచనల వైపు వెళ్తుందా?” అని అడిగాడు.

“ఇక మా దెబ్బకి రచనలు రాయడం కాదు గదా, వినడానికి కూడా ఇష్టపడదు. అలాంటి స్ట్రోక్ ఇచ్చాం” అన్నాడు రమేష్.

“థాంక్స్ రా” అని చెప్పి “ఇక జీవితంలో నా అలకా ఆ రచనల వైపు వెళ్లదు” అని మనసులో ఆనందపడ్డాడు.

తర్వాత రోజు న్యూస్ పేపర్ లో ఒక న్యూస్ చూసి అనుమానంగా చదివాడు రాంబాబు. “ప్రముఖ రచయిత్రి అలకా ఉరఫ్ అవధానుల లక్ష్మీ కామేశ్వరి గారు, ఆవిడకు సంబంధం లేని కేసులో అరెస్ట్. ఆవిడ అరెస్ట్ ను రాష్ట్ర రచయితల సంఘం

ఖండిస్తోంది” అన్న వార్తను పైకి చదివాడు.

ఆ వార్త విని మరల కాగితం, పెన్ను పట్టుకుంది మన అలకా ఉరఫ్ కామేశ్వరి. ఇక నా బతుకు ఈ జన్మకు ఇంతేనా అని తల బాదుకుంటూ వంటింట్లోకి నడిచాడు రాంబాబు.

భూకంపం!

దినవహి సత్యవతి

"మందభాగ్య నిలయం...ఇదేం పేరయ్యా ఎవరైనా ఇలాంటి పేరు పెడతారా?" జంబుక రావు పైకి వ్యంగ్య బాణం విసిరింది శివంగి. సొంతిల్లు కొనుక్కుందామని ఇళ్ళ వేట సాగిస్తుండగా, క్రొత్త బిల్డర్ జంబుక రావు కట్టిన నూతన అపార్ట్‌మెంట్స్ గురించి విని, చూద్దామని వచ్చారు శివంగి, పులిరాజు దంపతులు కొడుకు డుంబూని వెంటబెట్టుకుని.

"ఏం చెప్పమంటారమ్మా! మా ఆవిడ పేరు మందవల్లి. మా అత్త పేరు భాగ్యలక్ష్మి. ఈ స్థలం మా అత్త మా ఆవిడకివ్వగా, నామీద వల్లమాలిన ప్రేమతో మా ఆవిడ నాకప్పగించి అపార్ట్‌మెంట్స్ కట్టమంది. అయితే బిల్డింగ్ పేరు మాత్రం తనదీ తల్లిదీ కలిపి పెట్టాలని షరతు పెట్టి, పేరు కూడా తనే చెప్పింది. ఇక తప్పుతుందా మరి!" తల గోక్కుంటూ గోడు వెళ్ళబోసుకున్నాడు, భాగ్యలక్ష్మి ఇల్లరికపుటల్లుడు జంబుకరావు.

బిల్డర్ పేరే జిత్తులమారిలా ఉందనుకుంటే ఆతడి బిల్డింగ్ పేరు దౌర్భాగ్యాన్ని అహ్వానిస్తున్నట్లుగా అనిపించి "అద్సరే అసలు ఆ పేరుకి అర్థం తెలుసుకునే పెట్టారాని?" పులిరాజు సందేహం వెలిబుచ్చాడు.

"ఆ మాటడిగాననే తల్లీకూతుళ్ళు భద్రకాళి కల్లా నాపై విరుచుకుపడ్డారంటే నమ్మండి" జంబుక రావు ఆవేదన.

"హూ...మీదీ నాలాంటి జాతకమేనన్న మాట!" మనసులో ఆనందిస్తూనే దీర్ఘంగా నిట్టూర్చాడు పులిరాజు.

"నోరులేస్తోందేమిటీ!" తల్లి ఉరుమూ తండ్రి బేలచూపులు చూసి "ఆ...హా..హ..హా..సింహం ఉరిమీ చూసెనే అయ్యయ్యయ్యో పులి బెదిరీపోయెనే" డుంబూ కూనిరాగం మొదలెట్టాడు.

"నీక్కూడా లోకువయ్యానట్రా భడవా" కొడుకు నెత్తిన జెల్లకాయిచ్చాడు భార్య ముందు వాక్స్వాతంత్ర్యం లేని పులిరాజు.

"బాధపడకండి నాదీ ఇదే పరిస్థితి" నెమ్మదిగా పులిరాజుకి మాత్రమే వినపడేలా గొణిగి "అంతే కాదండీ, బిల్డింగ్ పేరిలా తేడాగా ఉంటే చూడ్డానికి వచ్చేవాళ్ళు కూడా అట్నించటే పారిపోతారే మందం! ఇక ఫ్లాట్లెలా అమ్ముడుపోతాయే అని మొత్తుకున్నానండి. మధ్యలో అత్తమ్మ కలగజేసుకుని ఆమాత్రం నిభాయించుకోవటం చేతకాకపోతే ఈ రోలసట్ట వ్యాపారం మూసేసి మూసుకుని మూల కూర్చోమన్నదండీ" బోళాశంకరుడిలా అడక్కుండానే శివంగితో సోదంతా వెళ్ళబోసుకున్నాడు జంబుకరావు.

"రోల సట్ట వ్యాపారమా అంటే?" అయోమయంగా ప్రశించాడు పులిరాజు.

"అయ్యో ఇంకా అర్థంకాలేదా? ఆ ఎలా అర్థమవుతుందీ...నా వెర్రిగానీ ఆయనే ఉంటే మంగలెందుకనీ...మీకా తెలివితేటలే ఉంటే...హూ...నువ్వు చెప్పవయ్యా జంబుకం" తెరలు తెరలుగా నవ్వుతూ అంది శివంగి.

"రోల సట్ట అంటే అదేనండీ బాబూ రియల్ ఎస్టేట్ అని! చదువుకోలేదు కదా...నోరు తిరగదు అత్తమ్మకి"

"హు...దానికొచ్చిన తిప్పలా?" నుదురు కొట్టుకున్నాడు పులిరాజు.

"సర్సరి...ఫ్లాట్లు నాకు బాగా నచ్చాయి మనమొకటి తీసుకుందామా?" అక్కడికేదో భర్త మాట జవదాటని అణకువగలిగిన ఇల్లాలిలా అడిగింది!

"ఇందులో ఇల్లు కొనుక్కుంటే మనల్ని మందభాగ్యులంటారేమోనే?" నసుగుతూనే సందేహం వెలిబుచ్చాడు.

"చాల్చాల్లెండి! మీ తెలుగు పాండిత్య ప్రదర్శన కట్టిపెట్టి ఫ్లాటుకి లోను ఏర్పాట్లేవో చూడండి" కసిరింది.

"అదికాదే కాస్త నే చెప్పేది కూడా వినూ" పట్టువదలని విక్రమార్కుడిలా నచ్చజెప్పజూసాడు కానీ పేరులోనే తప్ప వాక్కులో శూరత్వం లేక భార్యముందు ఓడిపోయాడు.

మొత్తానికి ఎలాగైతేనేం ఫ్లాట్లన్నీ అమ్మేసి భార్య మరియు అత్త దగ్గర మార్కులు కొట్టేసాడు జంబుకం. బిల్డింగంతా దాదాపు కాపరాలొచ్చేసారు. మూడో అంతస్తులో ఖాళీగా ఉన్న ఒక్క ఫ్లాట్లోకి మూడ్రోజుల క్రితమే ఒక కుటుంబం అద్దెకొచ్చింది. అయితే సదరు మందభాగ్యుల దర్శనభాగ్యం మాత్రం ఇంకా ఎవ్వరికీ కలుగలేదు!

★★★

ఆదివారం తెల్లవార్ఝాము! ఎక్కడో కోడి కూసింది...ఇక్కడ మందభాగ్య నిలయం రెండో అంతస్థులో తనింట్లో గాఢనిద్రలో ఉన్న శునకారావు మంచం స్వల్పంగా అదిరినట్లై ఉలిక్కిపడి 'అమ్మో...అమ్మో...' గావు కేకలు పెడుతూ లేచాడు. ఆ కేకలకి ఠారుకుని అతగాడి ఆలి గజలక్ష్మి, బొట్టి చిట్టీ, చెల్లీ, తల్లీ లేచి చక్కా కూర్చున్నారు!

"ఏమైందండీ?" భార్య గజలక్ష్మికి సమాధానం చెప్పేలోగానే మరోసారి ఇల్లంతా చిన్నగా అదిరినట్లనిపించి "అదిగోనే గజం ధన్ ...ధన్... అనీ ఏదో బద్దలవుతున్న శబ్దం వినిపించడం లేదూ" భయంగా చూసాడు.

"ఎన్నిసార్లు చెప్పాలీ నన్నలా పిలవద్దని? ఇంకోసారలాపిలిస్తే నేనూ శునకం అంటానంతే మిమ్మల్ని! గజమట గజం నేనేమైనా కొలతనా? ముచ్చటగా లక్ష్మి అంటే మీ సొమ్మేంపోతుందో?" విసుక్కుంది గజలక్ష్మి.

"అబ్బ! సర్లేవే అలాగే పిలుస్తాలే నీ నసుగుడాపి ముందా చప్పుళ్ళేంటో చూడు"

"అమ్మా భూకంపమేమోనే?" ఎనిమిదేళ్ళ చిట్టి సందేహం.

"అమ్మో అదేనేమో" శునకారావు మాటలతో నిద్ర ఎగిరిపోయి అందరూ కేకలుపెడుతూ బయటకి పరిగెత్తారు.

అప్పటికే ప్రక్కిళ్ళలోంచీ...నిద్రలో చెదిరిన చీరలు విప్పి పారేయ వీలులేక, తిరిగి కట్టను సమయం లేక, పైకి ఎగ లాక్కుంటూ ఆడవాళ్ళూ, సగం ఊడి కాళ్ళకడ్డుపడుతున్న పంచెలను పూర్తిగా విప్పిపారేస్తూ మగవాళ్ళు, క్రిందకి పరిగెత్తడం చూసి 'హూ...ఈ మగవాళ్ళు ఎంతైనా పెట్టి పుట్టారు. మా ఆడవాళ్ళకే ఎంతటి విపత్కర పరిస్థితులలోనూ ఏ వెసులుబాట్లు ఉండవు

కదా! ఇలాంటప్పుడే మరీ అనిపిస్తుంది సుమా మగపుటక పుట్టకపోతినే అని' కసిగా అనుకుంది గజలక్ష్మి.

బయట కలకలానికి మొదటి అంతస్తులో వాళ్ళూ క్రిందికి చేరారు. ఉండుండి వస్తున్న అదురుకి, శబ్దానికీ అది ఖచ్చితంగా భూకంపమే అని అంతా తమకి తామే నిర్ధారించేసుకున్నారు.

'అయితే చిట్టి చెప్పింది నిజమేనన్నమాటా! అబ్బో! అబ్బో! నా చిట్టితల్లి ఎంత తెలివిగలదీ!' హడావిడిగా మెట్లు దిగుతున్నదల్లా ఆగి మురిపెంగా చిట్టిని కావలించుకుని 'ముృ...ముృ' శబ్ద ముద్దులు పెట్టింది గజలక్ష్మి.

"ఛి...ఛీ" బుగ్గ తుడుచుకుంది ముద్దంటే వెగటైన చిట్టి.

"సర్లే సంబడం. అబ్బా కూతుర్లిద్దరూ ఒకటే తంతు" చిట్టి నెత్తిన మొట్టి బరబరా లాక్కెళ్ళింది క్రిందకి.

"అదేమిటీ చూస్తుంటే మనం తప్ప వేరే బిల్డింగులలోంచి ఎవరూ బయటకి వచ్చినట్లు కనిపించటం లేదు?" శునకారావు తల్లి సందేహం.

"కొంపదీసి మనొక్కళ్ళకే భూకంపం వచ్చిందా ఏమిటీ?" ఓరకంట పక్కింటి ప్రవరాఖ్యరావుని చూస్తూ, మొదటి అంతస్తు, మందభాగ్యురాలు సుశీల సాగదీసింది.

"చూడగా అలానే అనిపిస్తోంది" మత్తు చూపులకి చిత్తై వత్తాసు పలికాడు కాళిందీపతి ప్రవరాఖ్యరావు.

"ఆహా ఎందుకనిపించదూ మరీ! భార్య దగ్గరేమవుతాయో ఈ కళలన్నీ! తందాన పాడింది చాలుగానీ ఇటొచ్చి నిలబడి ఉద్ధరించండి" భర్తని గదిమి "పేరు గొప్ప ఊరు దిబ్బ ఛి ఛీ" సుశీలని చూసి ఛీత్కరించింది కాళింది.

అసలింతకీ ఆ శబ్దమేమిటో ఎక్కడనుంచొచ్చిందో తేల్చుకోలేక కాసేపు గుమ్ముచిమ్మాలుపడి తమ తమ ఇళ్ళకి వెళ్ళిపోయారందరూ.

ఇంత హడావిడి జరుగుతున్నా మూడో అంతస్థులోని మందభాగ్యులు మాత్రం క్రిందకు రాలేదన్న సంగతి ఎవరూ గమనించనేలేదు అదేంటో! అయితే ఆ తరవాత ఏ శబ్దాలూ వినిపించక పోవటంతో భూకంపం విషయం తాత్కాలికంగా మరుగున పడిపోయింది అందరి బుర్రలలో!

తరువాతి ఆదివారం మళ్ళీ అదేవిధంగా జరిగింది మళ్ళీ బిలబిలలాడుతూ క్రిందకి పరిగెత్తుకొచ్చారందరూ!

"మన బిల్డింగ్ లోనే ఇలా జరుగుతోందేమిటో! అదీ ఆదివారాలు మాత్రమే? పోయిన ఆదివారం...మళ్ళీ ఇవాళ. ఈ మధ్యలో ఏమీ జరగలేదు! ఏమిటో ఈ వింత" 203 ఫ్లాటు మౌనిక వాచాలరావుల అనుమానం.

"కొంపదీసి దయ్యాలున్నాయేమో ఇక్కడ" డుంబూ భయంతో తల్లిని కావలించుకున్నాడు.

"నోరుముయ్యరా కుంకా" అంటూ తన కొడుకు నెత్తిన మొట్టిన శునకారావు తల్లిని మింగేలా చూసింది శివంగి.

"ఈ బిల్డింగ్ పేరులోనే దురదృష్టం ఉన్నదే ఇందులో ఫ్లాటు కొనద్దే అని నెత్తీ నోరూ మొత్తుకున్నాను నామాట విన్నావా, ఇప్పుడు చూడు ఏమవుతోందో?" భార్యకి మాత్రమే వినపడేలా గొణిగాడు పులిరాజు.

"ఆ మహా చెప్పార్లేండి అక్కడికి మీరు పేరుకి తగ్గట్లు పులి అయినట్లు" భర్త ని ఎకసెక్కమాడింది శివంగి.

"ఉరిమి ఉరిమి మంగలం మీద పడ్డట్టు ప్రతీదానికి మధ్యలో నన్నెందుకు లాగుతావే శివి" జాలిగా చూసాడు.

సరిగా ఆ క్షణంలో మళ్ళీ 'ధన్..ధన్' శబ్దం...వెన్నంటి గునగునా నడుస్తూ ఒక పెద్దావిడా, ఆమె వెనుకగా ఒక అమ్మాయీ పై అంతస్తులనుంచి దిగి వీళ్ళ వద్దకి వచ్చారు.

"అబ్బ! ఆ అమ్మాయి పొడుగ్గా చూడడానికి ఎంత బాగుందో" ముచ్చట పడింది పీల పొట్టి కాళింది.

"మరే అచ్చం అమితాబ్బచ్చన్ లా అనిపిస్తోంది" బచ్చన్ పిచ్చిగాడైన పీటర్ కళ్ళప్పగించాడు.

"అసలు ఇద్దరూ తల్లీ కూతుళ్లేనా? భలే ముచ్చటగా ఉన్నారు చూట్టానికి కదూ" అత్తగారి చెవి కొరికింది గజలక్ష్మి.

"ఓసి నీ రహస్యం తగలెయ్యా, చెవికి చిల్లు పెట్టావు కదే!" కోడలి వీపు చరిచి చెవి పావుకుంది అత్తగారు.

"మేము ఈ మధ్యనే మూడవ అంతస్థులోకి అద్దెకొచ్చాము. నాపేరు బొన్సాయి ఇది నా కూతురు తాడీశ్వరి. ముద్దుగా బేబీ అని పిలుచుకుంటాను. పదవ తరగతి చదువుతోంది" పరిచయం చేసుకుంది పెద్దావిడ.

'పేర్లు భలేగా సరిపోయాయి ఇద్దరికీ' ముసిముసిగా నవ్వుకుని "చాలా బాగున్నాయి పేర్లు" అంది మరో ఫ్లాట్ సుందరి ప్రతిభ.

"అవును కదా! నాకూ నా పేరంటే భలే ఇష్టం!" ఉత్సాహంగా అంది బొన్సాయి.

"ఇంత పెద్దమ్మాయి బేబీనా?" పొడవాటి అమ్మాయిని చూసి వాగుడుకాయ డుంబు హేళనగా నవ్వాడు.

"తప్పు గేలిచేయకూడదు" తలమీద తండ్రి గట్టిగా మొట్టేటప్పటికి "అబ్బా!" బుర్ర తడుముకున్నాడు డుంబూ. "సర్లెండి, మహా చెప్పొచ్చారు" కొడుకుని ఊరడిస్తూ భర్తని గదిమింది శివంగి.

పులిరాజుకేసి జాలి చూపొకటి విసిరి "మా అమ్మాయికి డాన్స్ అంటే పిచ్చి. చిన్నప్పటినుంచీ నేర్చుకుంటోంది. నాట్యమయూరి అని పిలిపించుకునేదాకా డాన్స్ మానేదిలేదని తేల్చి చెప్పేసింది. ప్రతీ ఆదివారం ప్రొద్దునే లేచి ప్రాక్టీస్ చేస్తుంటుంది ఇంట్లో నేనే నేర్పుతుంటాను" బండ గొంతుతో అడక్కుండానే కొండంత సమాచారం కప్పెగిరేలా చెప్పి ఊపిరి తీసుకుంది బొన్సాయి.

'బాబోయ్! యథా మనిషీ తథా గొంతూ! ఇంకొంచంసేపుంటే కర్ణభేరి చిల్లుపడడం ఖాయం' చెవులు రుద్దుకుంది ప్రతిభ సాలోచనగా.

"అయ్యో! నా గొడవతో మిమ్మల్ని విసిగించానా! క్రిందనుంచి మాటలు వినిపిస్తుంటేనూ వచ్చాము. పోనీలేండి ఇలాగైనా అందరినీ ఒకసారి కలిసినట్లైంది. అవునూ ఇక్కడేదో చర్చ జరుగుతున్నట్లుంది?" ఆరాతీసింది బొన్సాయి.

"అబ్బే...ఏదో చిన్న విషయమే" అసలు సంగతి దాచి మాట తేల్చేసిన ప్రతిభను ఆశ్చర్యంగా చూసారందరూ.

"సరే వస్తానండీ పనుందీ" బొన్సాయి బేబీని తీసుకుని వెళుతుంటే మళ్ళీ స్పష్టంగా వినిపించింది అదే 'ధన్ ధన్' శబ్దం మరింత దగ్గరగా, లయబద్ధంగా. ముఖముఖాలు చూసుకున్నారందరూ.

"ఇప్పుడర్థమైందా ఆ శబ్దాలెక్కడనుంచి వస్తున్నాయో?" ప్రతిభ గుసగుసగా అంది.

"ఆ...నాకు తెలిసింది, ఆ ఆడ అమితాబ్బచ్చన్, వాళ్ళమ్మ డాన్స్ చేయడంవల్ల" డుంబూ యురేకా అరుపు.

"ఆడ అమితాబ్బచ్చన్" పదం చెవులకి సోకగానే 'మేరే అంగ నే మే తుమ్హార క్యా కాం హై...' అమితాబ్బచ్చన్ ఆడ వేషం వేసిన హిందీ సినిమా పాట గుర్తొచ్చి, దాన్నే ఈలవేసి పాడసాగాడు బ్రహ్మచారి పీటర్.

"నాకూ బచ్చనంటే భలే పిచ్చి" మెలికలు తిరుగుతూ పీటర్ వైపు ఆరాధనగా చూసింది శునకారావు చెల్లెలు.

"సర్లే సంబడం. మీ అన్నయ్య చూస్తే మనింట్లో నిజంగానే భూకంపం వస్తుంది" జెల్లకాయ కొట్టి ఆడపడుచుని వెనక్కి గుంజింది గజలక్ష్మి.

"మరే! మనమేమో భూకంపం అనుకుని బెంబేలెత్తిపోయాము" డుంబూ మాటలకి ఫక్కున నవ్వింది ప్రతిభ.

"వెంటనే ఆ తల్లీ కూతుళ్ళని డాన్స్ మానేయమందాం లేదంటే ఇంటి యజమానికి కంప్లైంట్ చేస్తామని చెప్దాము." ఆవేశంగా అన్నాడు రెండో అంతస్థులోని, మరో మందభాగ్యుడు శాంతకుమార్.

"ఒద్దొద్దు. వాళ్ళు మనతో కలిసి ఉందామని వచ్చారు కదా. అలా చేస్తే బాగుండదు. డాన్స్ మానేయమంటే చిన్నపిల్ల బేబీ బాధపడుతుంది. అయినా డాన్స్ నేర్చుకోవడం తప్పేమీ కాదుగా" అంది ప్రతిభ.

"అంటే మనం ఎప్పటికీ ఈ భూకంపాన్ని భరిస్తూ బ్రతకాల్సిందేనా?" అసహనం శాంతకుమార్ స్వరంలో.

"అక్కర్లేదు నాకో ఆలోచన తట్టింది. రేపు వినాయక చవితి కదా..." అంటూ తన పథకం వివరించింది ప్రతిభ.

ఆ మర్నాడు సెల్లార్ లో వినాయక విగ్రహం పెట్టి పూజ చేసారు. తదుపరి జరిగిన సాంస్కృతిక కార్యక్రమాలలో భాగంగా పీటర్ ఈలపాట, చిట్టి వింతలు, డుంబూ కుళ్ళు జోకులు...ఇలా ఇంకా కొందరు తమ తమ కళా నైపుణ్యం ప్రదర్శించాక చివరి అంశంగా బేబీ డాన్స్ చేసింది.

ముందు వేసుకున్న పథకంలో భాగంగా, ఈల పాట పీటర్ కి 'అదరః', చిట్టి తెలివి తేటలకి 'అధ్భుతః', డుంబూ వెకిలి జోకులకి నవ్వులకి 'జబర్దస్తః' ట్రోఫీలు ఇచ్చాక 'ఇప్పుడు

ఎంతో చక్కగా డాన్స్ చేసిన మన బేబీకి అసోషియేషన్ తరపున 'నాట్యమయూరి' ట్రోఫీ అని ప్రతిభ ప్రకటించగానే చప్పట్లు మారుమ్రోగాయి.

"నేనూ మాట్లాడతా" లటుక్కున మైకు లాక్కుని "నా డాన్స్ మీకందరికీ నచ్చినందుకు థాంక్స్. బోర్డు పరీక్షలు దగ్గరకొస్తున్నాయి కనుక ఇప్పుడు డాన్స్ ఆపేయమంది అమ్మ. అయితే నన్ను నాట్యమయూరి అన్నందుకైనా పరీక్షలయ్యాక మళ్ళీ డాన్స్ చేసి మీ అందరినీ సంతోషపెడతాను" ట్రోఫీని ముద్దు పెట్టుకుంటూ చావు కబురు చల్లగా చెప్పింది తాడీశ్వరి ఉరఫ్ బేబీ.

'డాన్స్ ఆపేస్తాను' బేబీ మధురవాక్కులు శ్రవణాలను తాకి మనశ్శాంతి కలిగించక మునుపే 'నాట్యమయూరి అన్నందుకైనా మళ్ళీ డాన్స్ చేస్తాను' అని వినిపించి "బాబోయ్ ఈ భూకంపం ఎప్పటికీ భరించాల్సిందేనా! హతవిధీ!" తలలు పట్టుకుని దబ్బున కూలబడ్డారు మందభాగ్యులు!

అహ నా పెళ్ళంట

రావిరేలా మహాలక్ష్మి

ముప్పై మూడు ఏండ్ల, శ్రీకర్ పెళ్లి చేసుకోవాలనుకున్నాడు.

సాఫ్ట్వేర్ జాబులో చేరి ,కొద్దిగా కుదుటపడి, వెనక ముందు చూసుకునే సరికి, ఆ వయసు వచ్చేసింది నెత్తి మీదకి.

అసలే అబ్బాయిలకు పెళ్లిళ్లు కావడం లేదు... అనే టాక్ వినిపిస్తూ ఉండటంతో, ఇంకా ఆలస్యం చేయకుండా, మ్యారేజ్ బ్యూరోలో, తన ప్రొఫైల్ ని యాడ్ చేశాడు.

తన రిక్వైర్మెంట్స్ ఏమిటంటే? పిల్ల చక్కగా ఉండాలి. సాఫ్ట్వేర్ జాబ్ చేస్తూ ఉండాలి. కులము గోత్రము, జాతకము అన్ని పర్ఫెక్ట్ గా తనకు మ్యాచ్ అయ్యే విధంగా ఉండేట్లు, తనకన్నా కనీసం ఐదేళ్లు వయస్సు తక్కువగానూ ఉన్నవాళ్లకు ప్రిఫరెన్స్ ఉండేట్లు, ప్రొఫైల్ క్రియేట్ చేశాడు.

సంవత్సరం గడిచిపోయినా, ఒక్కళ్ళు ముందుకు రాకపోయే సరికి, తన ప్రొఫైల్ ని కొద్దిగా సవరించాడు. ఒకే వయస్సు అయినా, ఒకే కులం కాకపోయినా పరవాలేదు అని.

మళ్ళీ సంవత్సరం గడిచిపోయింది.

అప్పటికే 35 ఏళ్లు.

శ్రీకర్ తను పెళ్లి కాకుండా మిగిలిపోతానేమో! అని భయపడి, ఈసారి ఏకంగా తనకన్నా రెండు మూడేళ్లు పెద్దదయినా, రెండో పెళ్లి అయినా, ఆఖరికి 'విడో' అయినా పరవాలేదు అని, తన ప్రొఫైల్ ని సవరించి పెట్టాడు.

వెంటనే ఒక మంచి సంబంధం వచ్చింది.

పిల్ల కూడా చాలా బాగుంది. ఇక మిగిలిన విషయాలు ఏమీ ఆలోచించకుండా, తనే ఖర్చులు భరించి, పెళ్లి చేసుకున్నాడు.

శ్రీకర్ మొత్తానికి ఒక ఇంటి వాడు అయిన సంతోషంలో తల మునకలైపోతున్నాడు.

ఆ రోజే శోభనం. రంగు రంగుల కలలన్నీ కంటి ముందు కనిపిస్తుంటే.... తనే దగ్గరుండి గదితోపాటు మంచం కూడా ,ఎంతో అందంగా డెకరేషన్ చేయించాడు.

పాల గ్లాసుతో ఎప్పుడెప్పుడు తన భార్య లోపలికి వస్తుందా! అని ఎదురు చూస్తూ కూర్చొన్న శ్రీకర్ కి, పాల గ్లాస్ కు బదులు పళ్ళు నూరుతూ వచ్చిన భార్యను చూసి, జడుసుకొని, మంచానికి ఒక పక్కగా వెళ్లి నుంచున్నాడు. అపర కాళి లా గుడ్లు వెళ్ళ బెట్టి, పళ్ళు పటపటలాడిస్తూ, ఒంటి మీద ఉన్న నగల నన్నింటిని ఒక్కొక్కటీ పీకి శ్రీకర్ మీదకి విసిరేసింది.

క్యాచ్ పట్టుకున్న వరకు పట్టుకొని, మిగిలినవి ఎక్కడ పడితే అక్కడ తగిలి గాయాలయితే, దెబ్బకు శోభనం కోసం కట్టుకున్న తెల్ల పంచ ఊడిపోయింది.

ఇదేమి సరసమే బాబు! ఈరోజు శోభనం రాత్రి. నన్ను ఇలా కొట్టకూడదు బంగారం... గారాలు పోతూ దగ్గరగా వెళ్ళ బోయాడు.

ఈసారి పండ్లతో కొట్టడం మొదలు పెట్టింది. తనే దగ్గరుండి మరీ, అన్ని పండ్లు పెట్టించినందుకు తనను తానే తిట్టుకున్నాడు. గదిలో ఉన్న స్వీట్స్, పండ్లు తో, మంచం చుట్టూ, ఆయాసంతో రొప్పుతూ ఉన్నా, పరుగెత్తించి పరుగెత్తించి మరీ కొట్టింది.

హమ్మయ్య! ఒక వేళ ఇదో రకం సరసమేమో! అనుకుని, మెల్లిగా తన దగ్గరకు వెళ్లబోయాడు.

అన్నింటి తో కొట్టడం అయిపోయిన తరువాత, మంచానికి ఎంతో అందంగా వేలాడదీసిన పూలమాలలను పీకి పడేసి, మంచం మీది దిండులతో దాడికి దిగింది పెండ్లి కూతురు.

ఇదేమిటిరా భగవంతుడా ఇలా చేస్తుంది! అనుకోని, మొదట్లో విస్తు పోయి, ఆ తర్వాత భయపడి, ఇప్పుడు బిక్కచచ్చిపోయి, ఆమె వేడి వేడి పాల చెంబును విసిరి వేయడానికి చేతిలోకి తీసుకోగానే, బ్రతుకు జీవుడా! బ్రతికుంటే రేపు చూసుకుందాం ...అని, తలుపు వైపు పరిగెత్తి బయటికి వచ్చి, తలుపు గడియ పెట్టాడు శ్రీకర్.

తలుపు పక్కనే నుంచొని ఉన్నాడు తన బావమరిది. ఏమీ మాట్లాడకుండా, అతని చేతిలోని మాత్ర శ్రీకర్ చేతిలో పెట్టి, "అక్కకు టైం కు మాత్ర వేయకపోతే, ఇలాగే అందరి తలలు పగులగొడుతుంది. మాత్ర వేస్తే, వెంటనే నిద్రపోతుంది.

మీ ఫస్ట్ నైట్ కదా! అందుకే నిద్రపోకుండా ఉండాలని, ఈ మాత్ర నా చేతిలో పెట్టుకొని, మీరు ఎప్పుడు బయటకు వస్తే, అప్పుడు ఇద్దామని ఇక్కడే ఉన్నాను" అంటూ చెప్పి పారిపోయినాడు.

ఆ మాత్ర నే చూస్తున్న శ్రీకరు, పిచ్చివాడిలా నవ్వుతూ, గదిలోనే ఊడిపోయిన తన పంచతో పాటు, చొక్కాను కూడా చించేసుకుంటున్నాడు.

పురుషులందు పుణ్యపురుషుల లెవెలే వేరయా...

సారంగ వడ్డెపల్లి

"ఒక్క తన్ను తన్నించుకుంటే గానీ లాభం లేదు!" స్వగతంగా అంటున్న శరభయ్యని వింతగా చూసాడు. "ఎందుకు తన్నించు కోవాలనుకుంటున్నారో చెప్పండి!" అనాలనుకున్నాడు. 'కొద్ది సేపు ఆగితే తనంతట తనే చెబుతాడులే' అని ఊరుకున్నాడు.

"మన పిచ్చి పేటకు 'తన్నే బాబా' వచ్చారట!" అర్ధనిమీలిత నేత్రాలతో ఒక వాక్యాన్ని అలవోకగా 'అమెరికా ఇరాన్ మీద మిసైల్ ని జారవిడిచినట్లు గా' వదిలాడు.

పెరుమాళ్ళు ఉలిక్కిపడ్డాడు. 'విభూది బాబా, నిమ్మకాయ బాబా, కౌగలించుకునే బాబా, వేలు ముంచే బాబా, గుర్రం బాబా అంటే విన్నాము కాని ఈ 'తన్నే బాబా' ఏమిటి? విచిత్రంగా ఉందే!' మనసులోనే అనుకున్నాడు. "తన్నే బాబా గొప్పతనం నాకు తెలియదు" నిజాయితీగా ఒప్పుకున్నాడు. అప్పుడు శరభయ్య ఓపెన్ అయిపోయాడు. "అసలు నేను ఎందుకు తన్నించుకోవాలనుకుంటున్నానో చెప్పే ముందు బాబా గురించి, ఆయన మహిమల గురించి చెప్పడం బాగుంటుంది. ఆ తర్వాత నువ్వు కూడా నా రూట్ లోకే వస్తావు"

శ్రీశ్రీశ్రీ పాద తాడనానంద బాబా గారు భారతదేశ ప్రజలందరూ సుఖశాంతులతో జీవించాలనే సత్సంకల్పంతో దేశమంతా కలియతిరుగుతున్నారు. ఒక్కో ప్రాంతంలో భక్తుల అభ్యర్థన మేరకి ఇరవై ఒక్క రోజులు మించకుండా మకాం వేస్తూ తనను శరణుజొచ్చే

వారందరినీ బ్రోచే పనిలో ఉన్నారు. అసలు వీరు తన్నడమనే ప్రక్రియ చాలా ఆసక్తికరంగా మొదలైంది. దాదాపు పదిహేను ఏళ్ల క్రితం ....

బాబా గారు తన ఆశ్రమంలో పవళించి ఉండగా ఒక అజ్ఞాత భక్తుడు అపరిమితమైన భక్తితో లోనికి చొచ్చుకుని వచ్చి బాబావారి పాద పద్మాలకి ప్రణమిల్లి సుతారంగా పెదాలతో ముద్దాడాడు. అప్పుడు జరిగింది ఓ అనూహ్య సంఘటన! ఆ ముద్దు వల్ల బాబావారి పాదాలకి చక్కిలిగింతలై నిద్రలోనే పులకరించి ఆ తర్వాత జలదరించి ఒకే ఒక్క తన్ను జాడించి మరీ తన్నాడు. ఆ భక్తుడు ఒక్కసారిగా వెల్లకిలా పడ్డాడు. ఈలోపు బాబావారి అనుచర గణం లోపలకి వచ్చి అతన్ని బలవంతంగా బైటికి తీసుకువెళ్ళారు.

బాబా పవిత్ర పాదాలను ముద్దాడిన అజ్ఞాత భక్తుని పెదాలు పునీతమైపోయాయి. కొద్ది రోజులు మూతి వాస్తే వాచింది కాని ఆ తర్వాత ఆ భక్తుని ఇంట్లో అన్నీ శుభాలే కలిగాయి. ఎన్నో సంబంధాలు కుదిరినట్టే కుదిరి తప్పిపోతున్న కూతురికి మంచి సంబంధం కుదిరి పెళ్లైంది. జబ్బుతో ఉన్న కొడుకు బాగయ్యాడు. చాలా కాలంనుండి అమ్మడు పోకుండా ఉన్న పొలం మంచి ధరకు అమ్ముడుపోయింది. పరమ గయ్యాళి అయిన భార్య మంత్రం వేసినట్లుగా ఒక్కసారిగా సాత్వికురాలుగా మారింది. పట్టణంలో మంచి డాబా ఇల్లు కట్టించాడు. కేవలం బాబా ఒక్కసారి తన్నినందుకే 'శుభాల బుట్టలో పడ్డాడు. బాబాతో తన్నించుకుంటే 'అదృష్టం పడుతుంది' అనే చిదంబర రహస్యం జనులందరికీ బోధపడింది. అప్పటినుంచి భక్తులు బాబా 'పాద తాడనం' కోసం వేలంవెర్రిగా ఎగబడ్డం మొదలైంది. అడ్వాన్స్ బుకింగ్ చేసుకుంటే తప్ప ఆ భాగ్యం దొరికే పరిస్థితి లేదంటే అతిశయోక్తి కాదు. ఆ అజ్ఞాత భక్తుడు ఎవరనుకుంటున్నావు? నా బామ్మర్ది చిదంబరం!" అని చెప్పాడు.

"మరి మీరు బాబాచే ఎందుకు తన్నించుకోవాలని అనుకుంటున్నారో చెప్పనే లేదు!" నిష్ఠూరంగా అన్నాడు. "ఎన్నో రోజులనుండి నడుం నొప్పితో అవస్థ పడుతున్నాను. ఆ విషయం తెలుసు కదా నీకు! డాక్టర్లకి, హాస్పిటల్లకి డబ్బులు తగలెయ్యడం తప్ప ఒరిగిందేమీ లేదు. ఆ నడుం నొప్పి పోతే నాకు అంతకంటే కావాల్సింది వేరే ఏమీ లేదు. ఆపరేషన్ నాకు ఇష్టం లేదు. చివరి ప్రయత్నంగా బాబాచే తన్నించుకోవాలని డిసైడ్ అయిపోయాను" అన్నాడు.

భర్తలతో గొడవ పెట్టుకొని ఇంటిమీద పడి ఉంటున్న ఇద్దరు కూతుళ్ళు, పిల్లల పెళ్లిళ్లకు, వ్యాపారానికి పది లక్షల దాకా చేసిన అప్పులతో మనశ్శాంతి కరువై ప్రతి రోజు నరకం అనుభవిస్తున్నాడు పెరుమాళ్ళు. సమస్యలను మర్చిపోవడానికి ప్రతి రోజు పిచ్చి పేటకి

వచ్చి శరభయ్యతో బాతాఖానీ కబుర్లతో కాలక్షేపం చేసి వెళతాడు. ఇలా ఇద్దరి మధ్య అనుబంధం పెరిగింది.

'ఒక్క తన్నుకే ఎంతో మేలు జరుగుతుందనుకుంటే ఒక్కటేమిటి ఖర్మ... పెడీ పెడీమని ఎన్ని సార్లైనా తన్నించుకోవచ్చు. అసలు బాబా అన్ని సార్లు తన్నడానికి అంగీకరిస్తాడా? అతనికి అంత ఓపిక ఉంటుందా? అతను మనల్ని మనసారా అనుగ్రహించి తన్నాలంటే ఏమి చెయ్యాలి?' పెరుమాళ్ళు ఆలోచనలు పరిపరి విధాలుగా సాగుతున్నాయి. మొత్తానికి తాను కూడా తన్నించుకోడానికి సిద్ధమై పోయాడు.

బాబాని పిచ్చిపేటకు తీసుకురావడానికి శరభయ్య పూర్తి శక్తియుక్తులు, ముఖ్యంగా కావల్సినంత డబ్బు ఉపయోగించాడు... ఆఖరికి అనుకున్నట్లు గానే పిచ్చిపేట పొలిమేరల్లో ఉన్న తన మామిడి తోటలో ఒక కుటీరం ఏర్పాటు చేసి బాబాని రప్పించాడు. ఆ పర్ణశాలలో సమస్త సౌకర్యాలు ఉండేలా తగు జాగ్రత్తలు తీసుకున్నాడు. బాబా గారు వేంచేసి ఉన్నారన్న వార్త 'ఫేస్బుక్'లో పెట్టిన పోస్టు కంటే వేగంగా చుట్టుపక్కల గ్రామాలకి చేరిపోయింది. ఆశ్రమ ముఖద్వారం వద్ద రెండు పెద్ద ప్లెక్సీ లు బాబా భక్తులు అమర్చారు.

ఎడమ వైపు ఉన్న బోర్డులో భక్తులు పళ్ళు, తేనె, అయిదు తులాలకి తగ్గకుండా వెండి, ఒక్క గ్రాముకి తగ్గకుండా బంగారం దక్షిణగా సమర్పించుకోవాల్సి ఉంటుందనేది స్పష్టంగా ఉంది. బాబా గారి అపాయింట్మెంట్ కోసం ఎవరిని సంప్రదించాలి, వారి పేర్లు, ఫోన్ నెంబర్లు స్పష్టంగా ఇవ్వడంతోపాటు 'నగదు ఇవ్వడం నిషేధం' అని ప్రత్యేకంగా ఒక వాక్యం పెద్ద సైజులో ముద్రించబడి ఉంది.

కుడి వైపు బోర్డులో బాబాచే తన్నించుకొని జన్మని ధన్యం చేసుకున్న భక్తుల పేర్లు, ఫొటోలు, చిరునామాలు, వారి ఫోన్ నెంబర్లతో సహా ఉన్నాయి. అందులో కొందరు ప్రముఖ రాజకీయనాయకులు, కాంట్రాక్టర్లు కూడా ఉన్నారు.

ఆ టౌన్లో మొట్టమొదటి తన్ను స్వీకరించిన తొలి భక్తుడు శరభయ్య అని వేరే చెప్పవలసిన పని లేదు. పెరుమాళ్ళు కి కూడా బాబాతో అపాయింట్ మెంట్ ఇప్పించాడు. అయితే బాబాను పిచ్చిపేటలో కాకుండా ఒక నెల తర్వాత ధిమాకాబాద్ లోని బాబా ఆశ్రమం వద్ద కలవాల్సి ఉంటుంది. ముందు కొంచెం నిరుత్సాహ పడ్డా ఆ తర్వాత 'ఎక్కడైతేనేమీ బాబా దర్శనం లభించబోతోంది' అని సంతృప్తి చెందాడు.

ఎదురు చూపులతో నెల రోజులు గడిచే సరికి పెరుమాళ్ళుకు ఎన్నో సంవత్సరాలు అయినట్లు గా అనిపించింది. ధిమాకాబాద్ చేరుకునే సరికి దాదాపు ఒక రోజంతా పట్టింది.

సాయంత్రం ఆశ్రమం చేరుకున్నాడు. బాబా దర్శన వేళలు పూర్తయ్యాయి కాబోలు ఆశ్రమం చాలా ప్రశాంతంగా ఉంది. తన ముందున్న లావుపాటి లెడ్జర్ బుక్ లో పెరుమాళ్ళు అపాయింట్ మెంట్ ఉన్న విషయాన్ని సరి చూసుకొని లోపలకు వెళ్ళమని సూచించాడు అక్కడున్న మేనేజర్. సమయం రాత్రి ఎనిమిది గంటలు. పెరుమాళ్ళు మెల్లగా బాబా ఏకాంత మందిరంలోకి ప్రవేశించాడు. లోపల మూడు గదులు ఉన్నాయని అర్థమవుతూనే ఉంది... మొదటి గదిలో నలువైపు లా గోడలకి కొటేషన్లు ముద్రించిన స్టిక్కర్లు అంటించి ఉన్నాయి. "బలి చక్రవర్తి అహంకారం ఒక్క 'తన్ను' తోనే నశించింది" "బాబా తాడనం మోక్షానికి రహదారి" "సకల పీడలకి స్వస్తి శ్రీశ్రీశ్రీ పాద తాడనానంద బాబా పాదముద్ర" చదువుతూంటే భక్తో, భయమో తెలీదు కాని ఒళ్ళు మాత్రం గగుర్పొడిచింది. లోపలకి వెళ్ళగానే ఒక మూలన ఎత్తైన 'మహారాజా చైర్' లో సింహాసనం పై కూర్చొన్న చక్రవర్తిలా బాబా! అతనికి అటు ఇటు ధవళ వస్త్రాలు ధరించి నవ యవ్వనంతో మిసమిసలాడుతున్న అందమైన ఇద్దరు అమ్మాయిలు, పాత జానపద చిత్రాల్లో రాజుల సింహాసనం పక్కన వింజామరలు విసురుతూ ఉండే పరిచారికలలాగా ఉన్నారు. "నేను తన్నాను, ఈ లోకం మెచ్చింది!" ఒకప్పటి సూపర్ హిట్ పాట మంద్రస్వరంలో గోడ నలు మూలలకి అమర్చబడ్డ స్పీకర్ల నుండి వినబడుతున్నది.

సునిశితంగా బాబా ముఖాన్ని పరిశీలించాడు. ఎడమ చెంపపై బఠాణి గింజ సైజు పుట్టుమచ్చ కొట్టొచ్చినట్లు కనబడుతోంది. కొద్ది సేపు నిజంగానే నిర్ఘాంతపోయి, ఆ తర్వాత తేరుకున్నాడు. తన వైపు వస్తున్న పెరుమాళ్లును చూడగానే నెత్తిపై ఎవరో టకీమని మొట్టి కాయ వేసినట్లుగా బాబా ఉలిక్కిపడ్డాడు. ఆ ఉలికిపాటును ఎంతగా కప్పిపుచ్చుకుందామన్నా బాబాకు సాధ్యం కాలేదు. ఇదంతా గమనిస్తూనే ఉన్నాడు పెరుమాళ్ళు.

ముప్పొద్దులా పాలు, తేనె, అన్నిరకాల ఫలాలు సేవిస్తూ నున్నగా, సినిమా హీరోలా, సిమ్లా ఆపిల్ పండులా గులాబి రంగులో మెరిసిపోతున్న బాబాకి యాభై సంవత్సరాలు దాటాయంటే నమ్మడం కష్టం. ముప్పై ఏళ్ళ నుండి ముప్పై అయిదేళ్లుంటాయి అంటే కిమ్మనకుండా ఒప్పుకుంటారు. ఆ అమ్మాయిలు బాబాను తగులుతూ నిల్చోవడం, అప్పుడప్పుడు మూస్తూ, తెరుస్తూ కంటి రెప్పలతో సైగల భాష చెయ్యడం, బాబా భయం భయంగా ప్రతిస్పందించడం పెరుమాళ్ల దృష్టిని దాటిపోలేదు. 'సత్తిగాడు రాచభోగాలు అనుభవిస్తున్నాడు' అనేది రుజువైపోయింది. మనసు ఈర్ష్యతో భగభగ మండింది. దగ్గరగా వచ్చి "సత్తయ్యా! నేనెవరినో గుర్తుపట్టావా?" బాబా చెవిలో గుసగుసలాడాడు. బాబా ఏమీ బదులివ్వకుండా మౌనంగా తలూపాడు.

"ముందు ఆ అమ్మాయిలను బయటకు పంపు!" చెవిలో మళ్ళీ గుసగుసలాడాడు. బాబాగారు ఎక్కువ గాబరాపడుతూ వాళ్ళని బయటకు వెళ్ళమన్నట్లు సైగ చేసాడు. వాళ్ళు వయ్యారంగా నడుచుకుంటూ ఆశ్రమం నుండి బయటకు నిష్క్రమించారు. వెళ్తూ వెళ్తూ బాబా వైపు ఓ లుక్కు వేసి మరీ వెళ్ళిపోయారు.

ఒక్కో తన్నుకి భక్తుల నుండి వారికి వీలైనంత వెండి, బంగారాన్ని పదిహేను సంవత్సరాల పాటు స్వీకరిస్తున్న బాబాకి ఎన్ని ఆస్తులు ఈపాటికే ఉండి ఉంటాయన్నది లెక్కలు వేసాడు. 'తనకున్న దరిద్రం పోవాలంటే బాబాను ఉపయోగించుకోక తప్పదు' అనే ఆలోచన దృఢంగా మారిపోయింది. మనస్సు మాత్రం 'ఇది అన్యాయం' అని బక్కచిక్కిన కుక్కలా కుయ్యోమని అరిచింది. 'కేవలం ఒక్క తన్నుకే వందల రూపాయల విలువైన వెండి, కనకాలను దక్షిణగా భక్తులనుండి పుచ్చుకోవడం మోసం కాదా? భక్తుల అమాయకత్వం, మౌఢ్యం మొదలైన వాటిని వాడుకోవడం ఏ న్యాయం కిందికి వస్తుంది? మనుషులను దోపిడీ చేస్తున్న బాబాని నేను బ్లాక్ మెయిల్ చేసి డబ్బు లాగడం తప్పు ఎందుకు అవుతుంది?' అనుకోగానే మనసు నెమ్మదించింది.

"సత్తయ్యా! తిక్కలూరిపేట నుండి రాజమౌళి పంపితే వచ్చిన నిన్ను అంత ఈజీగా మరిచిపోతానా?" ఏకవచనంలో మాట్లాడుతూ వ్యంగంగా నవ్వాడు. 'నిన్ను గుర్తించడానికి నీ చెంప మీది పుట్టుమచ్చ చాలు!' మనసులో అనుకున్నాడు. హఠాత్తుగా బాబా తన ఆసనం నుండి లేచొచ్చి పెరుమాళ్ళు కాళ్ళను గభాలున పట్టుకున్నాడు. బాబా ఇలా చేస్తాడని ఏ మాత్రం ఊహించలేదు, తన కాళ్ళను ఏ పిశాచమో పట్టుకున్నట్లు గా ఒక్కసారిగా దడుచుకున్నాడు, ఆ తర్వాత తేరుకున్నాడు. "లే...లే...ఏమిటిది సత్తయ్యా! ఛ...ఛ..." అంటూ పైకి అరువు తెచ్చుకున్న మొహమాటాన్ని ప్రదర్శించాడు. "బాబాగా నేను హాయిగా జీవితం గడుపుతున్నాను. నా గురించి బైటికి ఏమీ చెప్పొద్దు! నీకేం కావాలన్నా ఇస్తాను..." ఒక్కసారిగా కాళ్ళ బేరానికి వచ్చిన బాబాని చూడగానే కాస్త జాలి కలిగింది. మెత్త పడితే తన పథకం మొత్తం రివర్స్ అయ్యే అవకాశం ఉంది అనిపించగానే బెట్టు ప్రదర్శించాడు. "నాకేం కావాలన్నా ఇస్తావా? అయితే ఇరవై లక్షలివ్వు! ఆ తర్వాత నీ జోలికి రాను" గత రాత్రంతా ఈ డైలాగులను బట్టీ పట్టి ఉండడం వల్ల ఏ మాత్రం తొణకకుండా, తొట్రు పడకుండా అడిగాడు. బాబా గారు ఉలిక్కిపడ్డాడు. "ఇరవై లక్షలా?" మిడిగుడ్లేసుకొని అడిగాడు. "కోట్లకి కోట్లు సంపాదిస్తున్న నీకు ఇది ఒక లెక్కలోని అమౌంట్ కాదు. ఆలోచించుకో! నువ్వివ్వను అన్నా నేనేమనుకోను... కాని నీ చరిత్ర మాత్రం తప్పకుండా బైటి ప్రపంచానికి వెల్లడవుతుంది!" బెదిరించాడు.

"రేపు ఇదే టైముకి ఫోన్ చేస్తాను!" నీరసంగా అన్నాడు. "నా నెంబర్ తీసుకో" తన మొబైల్ నెంబర్ ఇచ్చాడు.

నిశ్శబ్దంగా అక్కడనుండి పెరుమాళ్ళు వెళ్ళిపోయాడు. తుఫాను వచ్చి వెలసినట్టు అనిపించింది. 'ఎంత ధైర్యం? సింపుల్ గా ఇరవై రూపాయలిస్తావా అన్నట్లు ఇరవై లక్షలివ్వమని అడిగాడు...' పళ్ళు పటపట కొరికాడు. పాండవ వనవాసం సినిమాలో ఎస్వీ రంగారావు ప్రతిబింబం అద్దంలో 'నీకు మరణమే మేలు' అన్నట్లుగా పెరుమాళ్ళు అన్న మాటలు మనసులో మెదులుతూ ఉంటే అవమాన భారంతో అవస్థ పడ్డాడు. ఆ ఆలోచనల బారినుండి తనను తాను తప్పించుకోవడానికి 'ఫ్లాష్ బ్యాక్' లోకి వెళ్ళిపోయాడు. ఇల్లు వదిలిపెట్టిన తర్వాత నేరుగా హరిద్వార్ కి వెళ్లి అక్కడి సన్యాసుల్లో కలిసాడు. కొద్ది రోజులు కూడా వాళ్ళతో ఉండలేకపోయాడు. తను కోరుకున్న జీవితం అక్కడ లభించదు అని తేల్చుకున్నాడు. ఎక్కడైతే పోగొట్టుకున్నాడో అక్కడే వెతుక్కోవడం మంచిది అనే నిర్ణయానికి వచ్చాడు. రెండు సంవత్సరాలు కాశి, ప్రయాగ, హిమాలయాల్లో గడిపి తిరిగి తెలంగాణా వచ్చాడు. 'తనను ఛీ కొట్టిన జనాలను పట్టుకొని ఒక్కొక్కణ్ణి పబ్లిక్ గా తన్నాలి' అనే ప్రతీకారపు ఆలోచనతో చాలాకాలం రగిలిపోయాడు. చివరికి ఒక బ్రహ్మాండమైన ఆలోచన వచ్చింది. ముందుగా చిదంబరంతో చేసుకున్న ఒప్పందం ప్రకారం 'అతన్ని తన్నడం' ద్వారా తన పథకాన్ని ఆచరణలోకి తీసుకువచ్చాడు. తను వేసిన పాచిక 'రూపాయికి కిలో బియ్యం పథకంలా' అత్యంత జనాదరణ పొందుతుందని ఆ సమయంలో తాను కూడా అనుకోలేదు.జనాలకి భక్తి ఉంటుందని తెలుసు కానీ మరీ ఇంత పిచ్చిగా ఉంటుందని ఏ మాత్రం అనుకోలేదు. తనను కేవలం ఆరాధించడమే కాదు వెండి, బంగారం, వస్త్రాలతో బ్రహ్మరథం పట్టారు. చిదంబరాన్ని తన్నిన వేళా, విశేషం బాగుంది. తన పాదతాడనం కోసం జనం ఎగబడుతూంటే తన అభిమాన నటుడైన యస్వీ రంగారావులా మనసులోనే పగలబడి వికటాట్టహాసం చేసేవాడు. మహారాష్ట్ర బార్డర్ దగ్గరున్న ధిమాకాబాద్ దగ్గరున్న చిన్న కుగ్రామంలో ఒక భక్తుడు విరాళంగా ఇచ్చిన మూడెకరాల స్థలంలో అన్ని హంగులతో కూడిన ఆశ్రమం కట్టించాడు. మీడియాను ఉపయోగించుకొని తన గురించి వరుస కథనాలను 'పదే పదే పత్రికల్లో, టీవీ చానెళ్లలో పలుసార్లు వచ్చేలా చేయించి రాష్ట్రవ్యాప్తంగా 'సెలబ్రిటీ' అయిపోయాడు.

తనను శరణుజొచ్చిన భక్తుల ఈతిబాధలు ఓపికగా వింటూ 'ఆధునిక ప్రపంచంలో ఇలాంటి మూర్ఖులు కూడా ఉంటారా?' అనుకుంటూ భక్తుల మనసు చూరగొనేవాడు.

వాళ్ళని, వాళ్ళ మూఢత్వాన్ని డబ్బు సంపాదనని పెంచుకునేలా ఎలా వాడుకోవాలన్నది తనకు పూర్తిగా అవగతమైపోయింది. స్త్రీ, పురుషుల సమస్యలు వేరు వేరుగా ఉంటాయని అనతికాలంలోనే అర్థం చేసుకున్నాడు. వాళ్ళని ఆశీర్వదించేందుకు కాస్త బలంగా శక్తిని ఉపయోగిస్తూ తాడనం (తన్నడం) చేసేవాడు. ఉదయం నుండి సాయంత్రం వరకు కనీసం వంద మందిని, కొంత సేపు కుడి కాలు, మరికొంత సేపు ఎడమ కాలు ఉపయోగిస్తూ ఆ రోజు ఎలాగో గడిపినా సాయంత్రం అయ్యే సరికి పాదాలకి వాపు వచ్చి విపరీతంగా అలసిపోయేవాడు. మరుసటి రోజుకి శక్తి చాలక చతికిలపడే పరిస్థితి చాలా సార్లు ఏర్పడింది. ఈ సమస్యకి పరిష్కారం కొద్ది రోజుల్లోనే దొరికింది. భక్తులను అనుగ్రహించే గదిలో హంసతూలికాతల్పాన్ని ఉంచి పాదాల వైపు ఒక స్టూల్ ని అమర్చి తన పవిత్రమైన పాద పద్మాలను దానిపై ఉంచి శయ్యపై రిలాక్స్ గా పరుండేవాడు. ఒక్కొక్క భక్తుడు శయ్య వద్దకి వచ్చి తన తలను బాబా పాదాలకి ఆనించి వెళ్లిపోవాలి. సంతృప్తి చెందని కొందరు భక్తులు తమని 'గట్టిగా తన్నమని' వేడుకునేవారు. ఆధునిక టెక్నాలజీ, ఇంటర్నెట్ వాడకంతో అడుగడుక్కీ అమర్చిన సిసి కెమరాల ద్వారా ప్రతి రోజు తనచే పాద తాడనం చేసుకోబోయే భక్తుల ఫోటోలు, వారి చిరునామాలు, సమర్పించిన ముడుపులు అన్నీ ముందస్తుగానే తన లాప్ టాప్ లో చూసుకునే ఏర్పాటు చేసుకున్నాడు. తన మనసును ఆకర్షించిన స్త్రీలు ఆ లిస్టులో ఉన్నట్లయితే ముందుగానే తన వ్యక్తిగత పర్యవేక్షకుని ద్వారా 'సదరు భక్తురాలు' వచ్చినప్పుడు తన ఏకాంత మందిరంలోకి వచ్చేలా ఏర్పాటు చేసుకునేవాడు. అక్కడ తన 'దైవ శక్తిని' ఉపయోగించి సదరు భక్తురాలికి స్పెషల్ కౌన్సిలింగ్ ఇచ్చి 'ఇహ'నికి సంబంధించిన సుఖాలను తను తీసుకుంటూ, 'పర'నికి సంబంధించిన భావనలను ఆమెకి చెందేలా చేసేవాడు... సాక్షాత్తూ భగవంతుని ప్రతిరూపమైన బాబా తనపై ప్రత్యేక దయ కురిపిస్తున్నాడని మురిసిపోయి లొంగిపోయే స్త్రీలు ఎక్కువ! అవివాహితులైన అమ్మాయిలకు ముందుగానే 'కాంట్రాసెప్టివ్ బిళ్ళ' కలిపిన దైవ ప్రసాదం ఇచ్చి 'అవాంఛిత పరిణామాలు' తలెత్తకుండా చూసుకునేవాడు.. ఎదుటి వ్యక్తి రివర్స్ అయ్యే పరిస్థితి ఉన్నప్పుడు మెరుపులా తన వ్యూహాన్ని మార్చి పూర్తి అధ్యాత్మికత మార్గంలోకి వెళ్ళిపోయి ఆ గండం గట్టెక్కే వాడు.

ఇలా ప్రతి రోజు ఒక అద్భుతమైన దినంగా గడుపుతూ ఉల్లాసంగా భక్తులను తరింపచేస్తున్న తనకు ఇన్నేళ్ళ తర్వాత ఒక ఆటంకం పెరుమాళ్ళ రూపంలో ఎదురైంది. గతంలో ఎన్నో అవరోధాలను 'సామ దాన భేద దండోపాయాలను' ఉపయోగించి ఎదుర్కొన్నాడు. పెరుమాళ్ళు ద్వారా ఎదురైన ఉపద్రవాన్ని తొలగించు కోవడం పెద్ద సమస్య కానే కాదు.

సరిగ్గా అదే సమయంలో పెరుమాళ్ళు కూడా బాబా ఉరఫ్ సత్తయ్య తన దగ్గరకు వచ్చిన సందర్భాన్ని నెమరువేసుకున్నాడు. తిక్కలూరిపేట నుండి దూరపు బంధువు రాజమౌళి ద్వారా తన వద్దకు వచ్చి కుటుంబ సమస్యలన్నీ చెప్పుకొని అప్పు కోసం వచ్చినట్లుగా చెప్పాడు. సత్తయ్యను నామీదకు ఉసిగొల్పినందుకు మనసులోనే రాజమౌళిని తిట్టుకున్నాడు. 'అప్పు ఇవ్వలేను' అని కరాఖండితంగా చెప్పాడు. 'ఆత్మహత్య లేదా ఇల్లు వదిలిపెట్టి పారిపోవడం ఈ రెండు మార్గాలే తన ముందున్నాయి' అని వల వల ఏడిచాడు. అలా ఏడుస్తున్న సత్తయ్యను చూడగానే మనసు కరిగిపోయింది... సత్తయ్యని సున్నితంగా మందలించి 'సమస్యలకు భయపడి చావే పరిష్కారం అనుకుంటే ఈ భూమి మీద ఇంత జనాభా ఉండేది కాదు, సమస్యలను ఎదిరించి బతకాలని' ఉద్బోధించాడు. ఆ తర్వాత కొంత కాలానికి సత్తయ్య భార్యా పిల్లల్ని వదిలిపెట్టి సన్యాసుల్లో కలిసిపోయాడని రాజమౌళి వల్ల తెలిసింది. కాలక్రమంలో సత్తయ్య 'తన్నేబాబా'గా అవతరించడాన్న యదార్థం ఇప్పుడు కళ్ళముందే కనబడింది... మొత్తానికి సత్తయ్య అనే ఒక మామూలు మనిషి, ఆత్మ హత్య చేసుకోవాలనుకున్న ఒకానొక అర్భకుడు ఇప్పుడు వేలాది మంది కొలిచే బాబాగా అవతరించడం అద్భుతమే అనుకున్నాడు.

'పదిహేను లక్షల రూపాయలు ఇవ్వడానికి ఒప్పుకొన్నట్లు, అందుకు ప్రతిగా బాబా గురించి ఒక్క పొల్లు మాట కూడా బైటికి వెల్లడించొద్దన్న షరతును విధిస్తూ' సత్తిబాబా నుండి ఫోన్ వచ్చింది. ఆ డబ్బుతో తన ఆర్థిక బాధలన్నీ మటుమాయం అవుతాయన్న సంతోషంతో ఉక్కిరిబిక్కిరి అయిపోయాడు. ఆ మరుక్షణమే 'తాను కూడా బాబా అవతారం ఎత్తితే ఎలా ఉంటుంది?' అన్న ఆలోచన మొదలైంది....

సర్వరోగ నివారిణి

గంగాధర్ వడ్లమన్నాటి

పొద్దున్నే లేచి తన అర చేతులు చూసుకున్న సుబ్బారావ్, వైరల్ ఫీవర్ తో పాటు మలేరియా వచ్చినట్టు గజ గజా వణికిపోతూ, "కాంతం ఓ సారి అర్జంటుగా ఇటురా, నా చేతులు ఎర్రగా అయిపోయాయి. ఏ మాయదారి ఎలర్జీయో వచ్చేసినట్టుందిరా దేవుడా" అని నూతిలో పడ్డట్టు ఓ పెద్ద గావు కేక పెట్టి, ఎర్ర మచ్చలున్న అర చేతులని మార్చి మార్చి భయంగా చూసుకోవడం మొదలెట్టాడు.

ఆ గావు కేక విన్న కాంతం పాల గిన్నెని దబేల్మని కింద పడేసి, పిటి ఉషకి అక్కలా పరిగెత్తుకుంటూ హాల్లోకి వచ్చి "ఏమైందండీ అలా అరిచారు" అడిగింది అటూ ఇటూ తత్తర బిత్తర చూపులు చూస్తూ.

"ఏవవ్వకూడదో అదే అయ్యింది. నా రెండు చేతులకీ ఏదో ఎలర్జీ వచ్చేసింది. ఎర్రగా మారిపోయాయి" చెప్పాడు బిక్క మొహంతో బెదురు చూపులు చూస్తూ.

అతని చేతులు పరీక్షగా చూసిన కాంతం, నెత్తి టప, టపా కొట్టుకుంది. ఇంతలో నిద్ర లేచి ఆ సంభాషణ విన్న తన ఏడేళ్ల కొడుకు బంటీ చిన్నగా నవ్వుతూ "ఇది నిన్న రాత్రి మమ్మీ పెట్టిన చందమామ వల్ల వచ్చింది డాడీ" చెప్పాడు

బంటీ మాటలు వింటూనే, కాంతం వైపు ఎర్రగా చూస్తూ, "నిన్న రాత్రి నేను తిన్న ఆ కోడి గుడ్డులో చందమామ ఏదోలా అనిపించింది. తిన్నాక కూడా నా కడుపులో ఏదో కత్తెర నృత్యం చేసినట్టు ఒక ఫీలింగ్. అదే పడక ఇలా రియాక్షన్ ఇచ్చి చేతి మీద ఎర్రగా ఎలర్జీ వచ్చేసి ఉండొచ్చు. పద అర్జంటుగా మనం డెర్మటాలజిస్ట్ ని కలవాలి" అంటూ కంగారుగా లుంగీ సర్దుకుని, ఫ్యాంటు తీసాడు.

కాంతం మళ్ళీ తలని, అదే తాళంలో టప టపా కొట్టుకుని," పిల్లాడికి మాట్లాడ్డం రాక ఏదో అంటే అదే పట్టుకుంటారా, వాడన్నది గుడ్డులో చందమామ గురించి కాదు. నేను నిన్న రాత్రి మీరు పడుకున్న తర్వాత గోరింటాకుతో, అరచేతిలో పెట్టుకున్న ఈ చందమామ గురించి" అంటూ గోరింటాకు పెట్టుకున్న చేయి చూపిందామె.

ఆంగ్లం సినిమాని అరవ డబ్బింగ్ లో చూస్తున్నట్టు, అయోమయంగా మొహం పెట్టాడు సుబ్బారావ్.

"అదేనండీ నా చేతికి ఉన్న గోరింటాకు మీ చేతికి అంటుకున్నట్టుంది. మీరు గుండెల మీద చేతులు వేసుకు పడుకుంటారు కదా, దాంతో అది రెండు చేతులకీ అయ్యింది. కావాలంటే మీ ఛాతీ చూసుకోండి". చెప్పడంతో అద్దంలో చూసుకుని "అవును సుమీ నేనే తెగ కంగారు పడిపోయాను" అనుకుంటూ మరో సారి అద్దం చూసుకున్నాడు. అయితే ఈ సారి అద్దంలో ఏదో తేడా కనిపించింది, మూతి అటూ ఇటూ తిప్పుతూ మళ్ళీ "కాంతం" అంటూ వీధిలో బెగ్గర్ అరిచినట్టు బిగ్గరగా అరిచాడు.

ఆ అరుపుకి అదిరిపడిన కాంతం, బంతిలా ఒక్క గెంతు గెంతి, "మళ్ళీ ఏమైందండీ" అడిగింది భయంగా గుటకలు మింగుతూ.

"అద్దంలో నా మూతి కొంచెం వంకరగా కనిపిస్తోంది. కొంపదీసి మౌత్ పెరాలసిస్ అంటావా, మూతి కూడా కొంచెం చిమ చిమ లాడుతోంది" అన్నాడు మూతిని చేత్తో తడుముకుంటూ.

మళ్ళీ కాంతం తల కొట్టుకుని, "అద్దం మీద నూనె మరక అవడంతో మీ మూతి అద్దంలో అలా సాగినట్టు కనిపిస్తోంది. బంటి గాడు నూనె గారి విసిరేస్తే అది అద్దానికి తగిలి అలా మరకైంది. అయినా చిన్న విషయాలకే పెద్దగా ఏదేదో ఊహించుకుని మీకేదో రోగమో, జబ్బో వచ్చేసిందనే భయం ఇంకా ఎన్నాళ్ళండీ. మొన్న వారం, మీరు తిన్న చేగోడీలు అరక్క ఛాతీ నొప్పి వస్తే, అదేదో గుండె నొప్పేమో అని భయపడి, ఈ.సీ. జీ, టూడీ ఎకో లాంటి టెస్టులు అన్నీ చేయించి ఒక రోజు ఆసుపత్రిలో ఉండిపోయారు. ఏవీ లేదు తిన్నది అరగక అని చెప్పి

ముక్కు పిండి పాతిక వేలు వసూలు చేశారు. నిన్న వారం, మీ ఆఫీసులో ఎవరో మీ కళ్ళు పచ్చగా ఉన్నాయి అని ఒక్క మాట అన్నందుకు, ఆఫీస్ నుండి అట్నుండి అటే యానాం వెళ్ళిపోయి, పచ్చ కామెర్లు తగ్గడానికి ఇచ్చే పసరు తాగొచ్చారు. మామూలుగా వచ్చే తలనొప్పికి భయపడి ఎం. ఆర్.ఐ.స్కాన్ తీయించారు. వారం క్రితం, ఓ రోజు రాత్రి, కొద్ది సేపు నిద్ర పట్టలేదని కిందా మీదా పడిపోయి, గుండాపిండయిపోయి, ఇదేదో మానసిక ఆందోళనకి సంబంధించిందే అయి ఉంటుందని మీకు మీరే అనేసుకుని మానసిక వైద్యుడిని కలిసి వచ్చారు. మొన్నటికి మొన్న అర్ధరాత్రి మీ కాలు తిమ్మిరి ఎక్కిందని నన్ను కూడా నిద్ర లేపకుండా, కేబ్ బుక్ చేసుకుని మరీ ఆసుపత్రికి వెళ్ళి పది వేలు తగలబెట్టుకు వచ్చారు" నెత్తి కొట్టుకుంది.

"ఇది మరీ బావుంది, అర్ధరాత్రి ఉన్నట్టుండి నా కాలు తిమ్మిరి ఎక్కితే నాకు భయం వేసింది. నిన్ను లేపితే ఏవంటావో ఏవిటో అని ఆలోచించి ఆఖరికి నేనొక్కడినే ఆసుపత్రికి వెళ్ళి వచ్చాను. డబ్బు పోతే పోయింది కానీ కాలు బానే ఉందని తేల్చి చెప్పారు అదే సంతోషం" చెప్పాడు కాసింత గర్వంగా.

"అసలు ఆ కాలు తిమ్మిరి ఎందుకు ఎక్కిందో తెలుసా మీకు" అడిగింది కాంతం కాస్త అసహనంగా.

తెలీదు అన్నట్టు తలని అడ్డంగా ఊపాడు సుబ్బారావ్.

"చెప్పుకుంటే సిగ్గుచేటు", అని కాంతం ఒక్క క్షణం ఆగి," ఆ రోజు నేను మీ మీద కావాలనే కాలు వేసుకు పడుకున్నాను. దాంతో మీ కాలు తిమ్మిరి పట్టింది. ఆ అర్ధరాత్రి ఆసుపత్రికి పరిగెత్తే ముందు నన్ను నిద్రలేపి ఉంటే మీకు ఈ విషయం అప్పుడే తెలిసేది" చెప్పింది మూతి బిగిస్తూ.

అది విన్న సుబ్బారావ్ కాస్త బిక్క చచ్చిపోతూ, "సరి సర్లే అప్పుడప్పుడూ అలాంటివి జరుగుతూ ఉంటాయి. అవి నువ్వు భూతద్దంలో చూడాలా ఏంటి, నాకు ఆఫీసుకు టైమ్ అవుతోంది" అని అక్కడి నుండి బాత్‌రూము వైపు నడిచాడు.

సుబ్బారావ్ ఆఫీసుకు వెళ్ళిపోయాక, కాంతం తమ్ముడు గిరి వచ్చాడు, అతనికి తన గోడు వెళ్లబోసుకుని ముక్కు చీది, "ఆఖరికి, ఈరోజు మధ్యాహ్నం భోజనం రెండు ముద్దలు తక్కువ తిన్నారట, ఆకలి ఎందుకు తగ్గిందో ఏమో అని తెలుసుకోవడానికి అతని ఆఫీసు దగ్గరున్న ఫిజీషియన్ కూర్మారావ్ దగ్గరకి వెళ్తా అన్నారు" చెప్పింది మరో సారి ముక్కు ,కళ్ళు తుడుచుకుంటూ .

"బాధ పడకక్కా, అన్ని రోజులూ ఒకేలా ఉండవు. బావలో కూడా త్వరలోనే మార్పు వస్తుంది. నన్ను నమ్ము" అని ఆమెకి కొంచెం ధైర్యం చెప్పి వెళ్లిపోయాడు గిరి.

సాయంత్రం, కాస్త కుంటుతూ ఇంటికి వచ్చిన సుబ్బారావ్‌ని చూసిన కాంతం "అయ్యో ఏమైందండీ, పదండి డాక్టర్ దగ్గరకి వెళ్దాం" అంది కంగారుగా .

సుబ్బారావ్ తేలిగ్గా నవ్వుతూ, "అదేం కాదు, వస్తుంటే ఓ సైకిలు వాడు గుద్దాడు. బామ్ రాస్తే సరి" అన్నాడు నవ్వుతూ .ఇంతలో ఇంట్లోకి వచ్చిన బంటి ,తన చేతిలోని బంతిని గోడకేసి కొట్టాడు. అది తిరిగి వచ్చి సుబ్బారావ్ కన్ను మీద తగిలింది. కాంతం మళ్ళీ కంగారు పడుతూ, "అయ్యో కన్ను ఎర్రబడింది ఆసుపత్రికి వెళ్దామా" అంది .

"అబ్బే అక్కర్లేదు. చిన్న దెబ్బే తగ్గిపోతుందిలే" అన్నాడు.

అతనిలో ఈ మార్పుకి ఆమె చాలా ఆశ్చర్య పోయింది. "ఏమిటండీ మీరేనా ఇలా అంటోంది, చిన్న వాటికి సైతం ఆసుపత్రికి పరిగెత్తే మీరు ఇలా అంటున్నారా! ఏంటండీ ఈ విచిత్రం" అడిగింది తెగ సంబర పడిపోతూ.

"మా ఆఫీస్ పక్కన ఉన్న ఫిజీషియన్ కూర్మారావ్, నాకు సర్వ రోగ నివారిణి అనే వాక్సిన్ వేశాడు. ఇక నాకు కావల్సినంత ఇమ్యూన్ వచ్చేసింది. ఇక నాకేం కాదు. కాకపోతే ఆ వాక్సిన్ కి లక్ష రూపాయులు తీసుకున్నాడు" చెప్పాడు సుబ్బారావ్.

సుబ్బారావ్ మాటలు విన్న కాంతం, అతను లక్ష నొక్కేసినా, తన భర్తలో మార్పు తెచ్చాడు, అది చాలనుకుంది మనసులో.

ఇంతలో తన తమ్ముడు గిరి ఫోన్ చేసి, "అక్కా నీకు లక్ష ఫోన్ పే చేశాను చూడు. నీ గోడు చెప్పి, ఆ డాక్టర్ కూర్మారావ్ గారితో బావకి సర్వరోగ నివారిణి అనే వాక్సిన్ పేరుతో, విటమిన్ ఇంజెక్షన్ చేయించాను. దాంతో బావలో మార్పు మొదలైంది. ఇక నీకన్నీ మంచి రోజులే అక్క" ఫోన్ పెట్టేశాడు గిరి.

కాంతం మనసు ఎప్పుడూ లేనంత తేలికై పోయింది. హాయిగా నవ్వింది.

పాపం సుధాకర్.

శరకణం కనకదుర్గ

ఆకాశం దట్టంగా మేఘాలతో నల్ల మబ్బులు అలుముకొని ఉంది. ఎప్పుడైనా జోరున వర్షం పడే సంకేతంగా గాలి విపరీతంగా వీస్తుంది.

ఉగ్రరూపంతో ఊగిపోతున్న సుజాత చేతిలో ఎర్రగా కాల్చిన అట్లకాడను పట్టుకొని భర్త కోసం ఎదురుచూస్తూ గుమ్మం ముందున్న అరుగు మీద కూర్చుంది.

ఆమె కళ్ళు ఎర్రని నారింజలా జీరాడి ఉన్నాయి. ముఖం కోపంతో గుమ్మడికాయలా ఉబ్బిపోయి ఉంది.ఆమె వాలకం జాతరలో పూనకాన్ని పులుముకున్న జోగినిలా ఉన్నది. ఇప్పుడు పెద్ద వర్షం పడినా కూడా అక్కడ నుండి లేచే పరిస్థితుల్లో ఆమె లేదు...

సరిగ్గా అదే సమయంలో విజిలేసుకుంటూ వచ్చిన సుధాకర్, భార్య పూనకంతో ఊగిపోవడాన్ని దూరం నుండి గమనించి, గోడ చాటుకు వెళ్ళి బిక్కు బిక్కుమని వణికిపోతూ, దీని విపరీత పరిణామానికి గల కారణమేమిటీ? ఇప్పుడు ఏం జరగనుందనే ఆలోచనలో పడ్డాడు...

భార్య కోపానికి గల కారణం ఏమిటో అనే ఆలోచన క్రమంలో బుగ్గ మీద వేలు కొట్టుకుంటూ ఆలోచిస్తూ, తల పైకెత్తి 6 రోజుల వెనక్కి తిరిగి చూశాడు.

రింగులు రింగులు తిరుగుతూ కళ్ళ ముందు కదలాడుతూన్న దృశ్యాలు ...

★★★★

సుధాకర్ హుషారుగా తన స్నేహితుడికి ఫోన్ చేసి," ఒరేయ్ నీ దగ్గర పాత మిలటరీ సరుకు ఏదో ఉందన్నావుగా అది అట్టుకొచ్చేయి, నువ్వు వచ్చేటప్పుడు ఆ మల్లిగాడిని కూడా తీసుకొని రా ఇద్దరు బేగున వచ్చేయండి, నేను మంచింగ్ కోసం చికెన్ తెచ్చి బాగా మసాలా పట్టించి ఫ్రిజ్లో ఉంచుతాను. మనం ఎంజాయ్ చేస్తూ, వంట చేస్తూ, సినిమాలు చూద్దాం." అంటూ చెప్పాడు సంతోషంగా.

అవతల నుండి ఫ్రెండు సుబ్బరాజు" ఒరేయ్, కొంచెం గ్యాప్ ఇవ్వరా, నన్ను మాట్లాడనీరా ఎందుకు ఇవి ఇప్పుడు" అన్నాడు దీనంగా,

హడావుడి పడుతూ చెప్పిన మాటలు ఏమి అర్థం కాక.

"ఇప్పుడు నేనేమీ వినను రా మంచి మూడ్ లో ఉన్నాను!" అన్నాడు కులుక్కుంటూ సుధాకర్ ...

'అవునా, ఏంట్రా విషయం'అన్నాడు ఆత్రంగా సుబ్బరాజు.

"ఏమీ లేదురా, ఏమంటా వర్క్ ఫ్రం హోం వచ్చి పడిందో మగాడికి స్వేచ్ఛ లేకుండా పోయింది,

ఆ పాడు కరోనా పోయినా ఆఫీసుల అద్దెలు తగ్గుతాయని ఆఫీస్ కి స్వస్తి చెప్పి ఇంట్లోనే గొడ్డు చాకిరీ చేయిస్తున్నారు కంపెనీ వాళ్లు...

ఇదివరకు హాయిగా ఉదయం ఆఫీసుకు వెళ్లి సాయంత్రం ఇంటికి వచ్చేవాళ్ళం, ఇప్పుడు కొంపలోనే గడిచిపోతుంది జీవితం.

సరదాలు, సంతోషాలు లేకుండా వయసు 30 యేళ్లు ముందుకు వెళ్ళిపోయింది.

మూడేళ్ల తర్వాత, ...ఒరేయ్ వింటున్నావా! మా ఆవిడ మూడేళ్ల తర్వాత పుట్టింటికి వెళ్తుంది. అందుకే ఈ స్వేచ్ఛాస్వాతంత్ర్యం పూర్తిగా అనుభవించాలిరా, బేగొచ్చేయండి.

సాయంత్రం ఏడు గంటలకి మా ఆవిడ ట్రైను. మీరు ఏడు గంటల ఐదు నిమిషాలకి వచ్చేయాలి. ఒక్క నిమిషం కూడా వృధా అవ్వడం నాకు ఇష్టం లేదు" అన్నాడు పకపక నవ్వుతూ...

'సరే రా ఇప్పుడే, మనోడికి చెప్పి వెంటనే బయలుదేరుతాం.'అన్నాడు సుబ్బరాజు సంతోషంగా.

ఆ ఐదు రోజులు ఇంట్లో బాగా పబ్బులో ఉన్నట్లు ఎంజాయ్ చేశారు. ఆరో రోజు ఇల్లంతా శుభ్రం చేసి, ధూపం వేసి ఇల్లు దేవాలయం చేశాడు సుధాకర్.

వెంటనే ఆ విషయం గుర్తొచ్చి,'అన్ని బానే మేనేజ్ చేశాను కదా! ఎక్కడ దెబ్బ కొట్టింది.

నా పెళ్ళాం రాగానే ఎదురు వెళ్లి

"శ్రీమతి నువ్వే నా బహుమతి, నువ్వు లేని నా పరిస్థితి అధోగతి" అని స్టేషన్ దగ్గరే ఒక గులాబీ ఇచ్చి కవిత కూడా చెప్పానే.

దానికి ఆనందపడి బాగా ముద్దులు ఇచ్చింది పిచ్చిది...ఇప్పుడేమో గుద్దులు ఇచ్చేలా కూర్చుంది ఏమిటబ్బా...! ఎక్కడ తప్పటడుగు వేసాను చెప్మా...'అనుకొని పిల్లిలా అడుగులో అడుగు వేసి పెరట్లోకి వెళ్లి వంటగది కిటికీలో నుంచి హాల్లోకి తొంగి చూశాడు...

అంతే! కొయ్య బొమ్మలా అయిపోయాడు. కళ్ళు రెండు తేలేసి టీవీ వైపు చూశాడు.

టీవీలో తన బొమ్మ చూసి మురిసిపోవాలో, లేదా ఆ అయిదు రోజులు తాను చేసిన పనులు కళ్ళ ముందు సినిమాలా కనిపిస్తుంటే ఏడవాలో అర్థం కాలేదు.

భార్య లేదని అనుభవించిన స్వేచ్ఛ అంతా ఇలా కళ్ళ ముందు బొమ్మలా కనిపిస్తుంటే, ఏడుపు ముఖంతో భార్య దగ్గరికి వెళ్లి,

"నీ ఉగ్రరూపం వెనక రహస్యం అర్థం అయింది సుజి, 'నువ్వు లేవు కదా'అని నసుగుతూ బుర్ర గోక్కొని కొంచెం తీర్థం పుచ్చుకున్న మాట వాస్తవమే" అన్నాడు చిన్నగా.

ఆ మాటకి గుడ్లు ఉరిమి చూసి, చేతిలో ఉన్న ఎర్రగా కాల్చిన అట్లకాడను చూపిస్తూ.

"ఈరోజు మీ పిర్ర మీద వాత పెట్టాల్సిందే. అప్పుడే కోపం చల్లారుతుంది.

హమ్మ, హమ్మ! ఏమేం చేశారూ చూడాలి అంటే సిగ్గు వేసింది. మందు కొట్టి ఒకరి మీద ఒకరు పడి నాగిన్ డాన్స్లు ,ఒకరి పొట్ట ఒకరికి తగిలించి స్టెప్పులు, ఒకరి నోటిలో మందు ఇంకోడు పొయ్యటం వాంతులు , విరోచనాలు దేవుడా ..వంటగదిని,వంట గదిలా ఉంచారా? రచ్చ చేశారు.

బెడ్ రూమ్ ని రొమాన్స్ రూమ్ చేశారు "అంటూ గుండెలు బాదుకుని చెప్పింది సుజాత కోపంగా ...

జరిగింది జరిగినట్టు పూస గుచ్చినట్లు చెప్పేసరికి ఏమి అర్థం కాక అయోమయంగా చూస్తున్నాడు సుధాకర్.

"ఈ దరిద్రం చూడ్డానికా నా డబ్బంతా వృధా చేసి సీసీ కెమెరాలు కొన్నాను" అన్నది కోపంతో ఊగిపోతూ,

ఆ మాట వినగానే ఆశ్చర్యంగా సుజాతవైపు చూశాడు.

"లాభం లేదు రండి,

మీరు నా దగ్గరికి రావాల్సిందే, నేను వాత పెట్టాల్సిందే. నేను మీ మాట వినే పరిస్థితిలో లేను. మీ పిర్ర మీద వాత పడే వరకు నా పూనకం తగ్గదు" అన్నది కోపంగా సుధాకర్ ముందుకు వచ్చింది ...

అయ్య బాబోయ్ ఇది ఎలా అయినా అనుకున్నది సాధించి వాత పెట్టేస్తుంది అనుకొని అందకుండా పరిగెడుతున్న సుధాకర్ వెనక రగులుతున్న అట్ల కాడతో జుట్టు విరబోసుకున్న శివంగిలా పరుగు పెట్టింది సుజాత ....

'ఓలమ్మో, సీసీ కెమెరాలు ఏమిటే" అన్నాడు ఆశ్చర్యంగా పరుగు పెడుతూనే ..

'నేను లేకపోతే ఉండలేను, బ్రతకలేను అని అన్నారు కదా!? ఆ ఉండలేని తనం ఏంటో చూద్దామని సీసీ కెమెరాలు కొని బెడ్రూంలో, వంటగదిలో, హాల్లో పెట్టాను". అంటూ ఆమె కూడా అతని వెనకాల పరిగెడుతూనే చెప్పింది.

"ఓరి దేవుడా! అమెజాన్లో షాపింగ్ చేస్తున్నానండి అంటే ఏదో చీరలు కొనుక్కొని నా ముందు సింగారించుకుంటావు కదా, ముద్దుగా చూసుకుందాము అని నా ఏటీఎం కార్డు ఇచ్చాను. నువ్వు చేసిన పని ఇదా? ఓసి ఓసి నా సుజ్జి, నా బుజ్జి కదు! నేను నీ మొగుడునే పాపం రా బంగారం" అని పడుతున్న చెమటలు తుడుచుకుంటూ

పరిగెడుతూనే బుగ్గలు నొక్కుకుంటూ అన్నాడు ...

"హా ...ఆమెజాన్ ఓడి పుణ్యమా అంటూ, మీరు చేసే యవ్వారం తెలుసుకోవాలని ఇల్లంతా సీసీ కెమెరాలు పెట్టించాను, బాగా దొరికారు" అన్నది, రొప్పుతూ సుధాకర్ ను వెంబడిస్తూ...

'ఓరి, భగవంతుడా! మా మగవాళ్లకు స్వేచ్ఛ, స్వాతంత్రం లేదా...!'అంటూ అట్ల కాడ వేడి చల్లారే వరకు రై .... రై అని పరుగు పెడుతూనే ఉన్నాడు పాపం సుధాకర్...

'పెళ్ళాం ఊరు వెళ్తే రెక్కలు వచ్చిన పక్షిలా ఎగిరిపోవాలి అనుకుంటారా?" అన్నది కోపంగా అరుస్తూ..

సుజాతను అలా చూడగానే సుధాకర్ ఒంటిలో వణుకు పుట్టుకొచ్చింది...

పరుగులో కాలుకు రాయి తగిలి బోర్లా పడిన సుధాకర్ ప్యాంట్ లాగి కసిగా చూసింది

ఆ...ఆ...ఆ.... ఆ పెద్ద ఆర్తనాదం ..

★★★★

రాత్రి మంచం మీద

'కుయ్యో మొర్రో అంటూ పడుకున్నాడు సుధాకర్. సుజాత పక్కగా వచ్చి చిన్నగా లుంగీ కిందకు లాగబోయింది ...

లాగుతున్న లుంగీ గట్టిగా పట్టుకొని ...

"కుయ్యో మొర్రో అంటూ నేను ఉంటే ఇప్పుడు నీ సరసాలు ఏమిటే, సుజీ ?" అన్నాడు దీనంగా మొహం పెట్టీ..

"హా, బాగుంది సంబడం...

వెన్న పూయాలి అని నేను అనుకుంటే మీకేమో సరసాలు లాగా ఉందా? ఎప్పుడూ అదే యావ, పోండి"అన్నది సిగ్గుపడుతూ చీర చెంగు చేతి వేలుకు చుట్టుకొని బొటనవేలుతో నేలను రాస్తూ ఓరకంట సుధాకర్ని మురిపెంగా చూస్తూ...

'ఓసి నీ సిగ్గు సింగారంగానూ ఇప్పుడు వరకు నన్ను ఉరుకులు పెట్టించి, భద్రకాళి అవతారం ఎత్తావు, రై ...రై మని పరుగులు పెట్టించి చివరికి నీ పంతం నెగ్గించుకొని వాత పెట్టి ఇప్పుడు వెన్న పూయడానికి, శృంగార దేవతలా వచ్చావా?' అన్నాడు ఏడుపు స్వరంతో ...

"మిమ్మల్ని ప్రేమగా చూసుకున్నా, కొట్టినా తిట్టినా నేనే కదా! ప్రేమించే పెళ్ళానికి భర్తను అదుపులో పెట్టుకునే హక్కు కూడా ఉంటుంది, కాదు అంటారా!?" అన్నది బుగ్గ మీద ఒక్కగిల్లు గట్టిగా గిల్లి ...

అబ్బా అని బుగ్గ రుద్దుకొని

"ఏమే నీ ఉగ్రరూపం చూశాక కాదనే ధైర్యం నాకు ఉందంటావా? కాదంటే ఊరుకుంటావా, దా! వచ్చి వెన్నపూస పూస్కో, పతిసేవ చేసుకో" అంటూ కళ్ళు మూసుకున్నాడు.

మా ఆయన ఎంత మంచోడో అని మనసులోనే మురిసిపోతూ, వాత పెట్టిన పిర్రకి వెన్నపూస రాస్తూ "బాగా కాలింది కదండీ" అంటూ కన్నీళ్లు పెట్టుకొని చీర కొంగుతో ముక్కు చీదుకుంటున్న పెళ్లాన్ని ఆశ్చర్యంగా చూస్తూ,

"నా పెళ్ళానికి ప్రేమ వచ్చినా తట్టుకోలేము, బాధ వచ్చినా తట్టుకోలేము. ఏం చేస్తాం భరించే వాడే భర్త కదా!'

అనుకుంటూ కళ్ళు మూసుకున్నాడు.

పాపం సుధాకర్...

'అన్ని భరించే వాడే భర్త '.

'భర్తను అదుపులో పెడుతూ,

కళ్ళెం వేస్తూ ప్రేమించేదే భార్య'.

సంక్రాంతి కానుక

ఝాన్సీ లక్ష్మి జాష్టి

"ఏమండీ" అంటూ గోముగా పిలిచింది సుందరి.

"ఏమి కావాలండీ" అంతే ముద్దుగా పలికాడు సుందరం.

సుందరి: మరేమో సంక్రాంతి పండుగ వస్తోంది కదండీ !

సుందరం: హా అవును! వస్తోంది పెద్ద పండగ కదా, అల్లుడికి పెద్ద కానుక ఇస్తాను అని, మీ నాన్న కబురు చేసాడా?

సుందరి: మీకెప్పుడు మా వాళ్ళు ఏమి పెడతారా అనే ఆశ అంటూ మూతి మూడు వంకరలు తిప్పింది .

సుందరం: అసలే వంకర మూతి, దాన్ని ఇంకా వంకర తిప్పి జాంబవంతుని కూతురులా తయారవుతావా ఏంటి?

సుందరి: కోపంతో కళ్ళు ఎర్ర చేసి, ఈ వంకర మూతి దాన్ని చేసుకోడానికే కదా మా నాన్న కాళ్ళావేళ్ళా పడి బ్రతిమాలుకున్నావు?

సుందరం: కరోనా దెబ్బకు అప్పుడు మైండ్ పని చేయలేదులే.

సుందరి: ఇపుడు బాగా పనిచేస్తుంది కదా, వెళ్లి మీకు తగ్గ దొరసానిని వెతికి తెచ్చుకోండి. నేను మా పుట్టింటికి వెళుతున్నాను అంటూ ముక్కు ఎగబీల్చి అక్కడనుండి లేచింది సుందరి.

సుందరం: 'అమ్మో కొంచెం మోతాదు ఎక్కువ అయినట్లుంది, అమ్మాయిగారికి కోపం వచ్చింది. ఇపుడు కానీ ఈ అలక తీర్చకపోతే నిజంగానే పుట్టింటికి చెక్కేసేలా ఉంది' అని మనసులో అనుకొని, వెళుతున్న సుందరి చేయిపట్టి దగ్గరకు లాక్కొని "అది కాదు బంగారం ఏదో సరదాగా అన్నాను. అవును ఇందాక ఏదో చెప్తున్నావ్ కదా! ఏంటి అది" అంటూ మాట మార్చాడు.

సుందరి: తన కోపాన్ని మర్చిపోయి ,అదే అండి! పండగ వస్తోంది కదా? నేను కొన్ని డబ్బులు దాచుకున్నాను, దానికి తోడు మీరు కొన్ని డబ్బులు ఇస్తే ఏదైనా చిన్న నగ కొనుక్కుందామని అంటూ వేలితో కొంగును చుడుతూ ముద్దుగా అడుగుతున్న భార్యను చూసి ఆ మురిపెం లో సరే అంటూ తల నిలువుగా ఆడించేశాడు సుందరం.

సుందరి: మా ఆయన బంగారం అని మెటికలు విరిచి, మీకు ఇష్టమైన గారెలు చేశాను తీసుకువస్తాను అంటూ వంటగదిలోకి వెళ్ళింది.

ఆఫీస్ కి వెళ్ళిన సుందరానికి తన కొలీగ్స్ అందరు ఒక కొత్త వ్యక్తి ముందు గుమిగూడి ఉండటం గమనించి "ఎవరతను?" అని తన పక్క సీట్ గోపాల్ ని అడగగా, "పండగ వస్తోంది కదా బ్రదర్, పర్సనల్ లోన్ ఎలిజిబిలిటీ లేనివాళ్లకు వాయిదాల పద్ధతిలో అప్పులు ఇచ్చే అతను, మీకు కూడా కావాలంటే ముందే చెప్పి పెట్టండి" అని ఒక సలహా కూడా పడేశాడు సుందరం మొహం మీద.

"నాకు అలాంటి అవసరం ఎప్పటికీ రాదులే, అయినా అప్పు చేసి షాపింగ్ చేయడం ఏంటి?" చిరాకుగా అంటూ వెళ్లి సీట్ లో కూర్చొంటున్న సుందరాన్ని ఒక చూపు చూసాడు ఆ కొత్త వ్యక్తి.

తరువాతి రోజు ఆఫీస్ కి వస్తూనే హడావిడిగా పక్క సీట్ గోపాల్ దగ్గరికి వెళ్లి "నిన్న వచ్చిన అతని ఫోన్ నెంబర్ ఏదైనా ఉందా నీ దగ్గర" అని అడిగాడు సుందరం.

"లేదు బ్రదర్, అయినా నీకు అప్పు అవసరం లేదు అన్నావు కదా! అతనితో నీకేం పని?" అన్నాడు గోపాల్. "అది అప్పటి మాట, ఇపుడు నీకు తెలిస్తే చెప్పు" అంటున్న సుందరం భుజం మీద ఎవరో చేయి వేసినట్లు అనిపించి వెనక్కి తిరిగి చూస్తే, ఆ అప్పులు ఇచ్చే వ్యక్తి కనిపించాడు.

వెతకబోయిన తీగ కాళ్ళకు తగిలినట్లు ఆనంద పడిపోతూ "సర్ అది" అంటున్న సుందరంని ఆగు అన్నట్లుగా సైగ చేసి "ఐదు లక్షలు సరిపోతాయి కదా? నెల నెలా క్రమం తప్పకుండా కిస్తీ కట్టాలి" అంటూ నోట్ తీసి సుందరం ముందు పెట్టాడు అతను.

ఆశ్చర్యంగా అతన్నే చూస్తూ "గురువు గారు, నాకు ఐదు లక్షలు కావాలని మీకు ఎలా తెలుసు?" అని ఆశ్చర్యంగా అడిగిన సుందరంతో, "ఎలాగంటే నీ భార్యామణి నగలు చేయించుకున్న షాప్ పక్కనే వాళ్ళ ఫైనాన్సు ఆఫీస్ ఉంది. ఆ షాప్ కి వచ్చిన ఆడవాళ్ళ దగ్గర వాళ్ళ భర్తల అడ్రస్ సంపాదించి ఇలా లోన్ లు ఇస్తుంటాడు ఇతను. ఇంతకీ చెల్లెమ్మ ఏ నగకు టెండర్ పెట్టిందేంటి?" అని అడిగాడు అక్కడే ఉన్న సుందరం ఫ్రెండ్ రాజు.

"అదేదో చెరుకు గడల నెక్లెస్ అంటారా! అయినా, మామిడి పిందెల నెక్లెస్ అని, రాళ్ల నెక్లెస్ అని విన్నాం కానీ ఈ చెరుకు గడల నెక్లెస్ ఏంటిరా!" అంటూ ఏడుపు మొహం పెట్టిన సుందరం చుట్టూ మూగుతూ "మా ఆవిడ గాలిపటాల నెక్లెస్ కోసం ఆర్డర్ ఇచ్చింది సోదరా" అని ఒకడు "మా ఆవిడ బంతి పూల హారం" అని ఇంకొకరు చెప్తుంటే అప్పుడే అక్కడికి వచ్చిన బాస్ "బుద్ధిగా పనులు చేసుకొని తగలడక ఈ తొక్కలో మీటింగులు ఏంటి?" అని అరవడంతో ఎవరి సీట్ లో కి వాళ్ళు వెళ్ళిపోయారు.

ఎప్పుడు లేనిది బాస్ ఏంటి ఇంత కోపంగా ఉన్నాడు అనుకుంటున్న స్టాఫ్ తో "అతని భార్య గొబ్బెమ్మల వడ్డాణం చేయించుకుందిలే" అంటూ ప్రామిసరీ నోట్ తీసుకొని బాస్ రూమ్ లోకి వెళ్ళాడు సదరు అప్పులు ఇచ్చే వ్యక్తి.

పెన్ను పో(పా)ట్లు

గొర్తి వాణి శ్రీనివాస్

"ఏవోయ్..."

మూర్తి అరుపులాంటి పిలుపుకు అదిరిపడింది అనంతం.

"కరెంటు షాక్ కొట్టినట్టు ఎందుకలా అరిచారు?" అంది కంగారుగా భుజం మీద తట్టుకుంటూ.

చేతిలో సెల్ పట్టుకుని, సొమ్మసిల్లినట్టు మొహం పెట్టిన మూర్తి దగ్గరకు వెళ్ళి అతన్ని పరిశీలనగా చూసింది. అంతా బాగానే వున్నట్లనిపించింది...

మూర్తి మళ్ళీ ఓ సారి సెల్ చూసి దిగులుగా మొహం పెట్టాడు.

"ఆ సెల్లులో చూసి, కల్లు తాగిన కోతయ్యారు దేనికీ? మీలో సగపాలునిగానా? మీ సమస్యని నేను తీర్చలేనా? చెప్పండి?" అంది.

"నువ్వు నా జీవితంలోనే కాదు, నా జీతంలో కూడా పొంగే పాలువే గానీ ముందుది చూడు. ఏం జరక్కూడదనుకున్నానో అదే జరిగింది." అన్నాడు మూర్తి ఫోన్ భార్యకి చూపిస్తూ.

"ఏదో ఫలితాల ప్రకటన. మీ పేరు కూడా వున్నట్టుందే" అంది.

"నా కథకి మొదటి బహుమతి వచ్చింది. "అన్నాడు మొహం ముదుచుకుని.

"అవునా, నిజమా, హుర్రే! అయితే ఆనందపడాలి గానీ

అలా ఏడుపు మొహం పెడతారే? సరే గానీ బహుమతి మొత్తం ఎంతిస్తారేవిటి?" అడిగింది భర్త వంక మురిపెంగా చూస్తూ.

"పదివేల నూటపదహార్లు ఇస్తారు" అన్నాడు.

"అబ్బో! పదివేలే? ఆ మాట గొప్పగా చెప్పాలి గానీ, అంత చప్పగా చెబుతారేం. ఒక్క కథకి పది వేలంటే పండగే. ఆ నూట పదహార్లు మీరుంచుకుని పదివేలు నాకివ్వండి. పట్టుచీర కొనుక్కుంటా" అంది పట్టుచీరని పైటేసుకున్నట్టు అభినయిస్తూ.

"ఛీ! ఆపు, అసలు కథ పంపేటప్పుడే నాకు మొదటి బహుమతి వచ్చినా, చచ్చినా ఇవ్వొద్దని, ఇంకెవరికైనా ఇవ్వమని. హామీ పత్రంలోనే స్పష్టంగా రాసి పంపినా పట్టించుకోకుండా ఇచ్చారంటే ఏమనుకోవాలి" విసుక్కుంటూ పోటీకి పంపిన మెయిల్ చూపించాడు.

"ఏడిసినట్టుంది. సాధారణ ప్రచురణకు తీసుకోవద్దనే వాళ్ళని చూశాను గానీ మొదటి బహుమతి వద్దని చెప్పే దద్దోజనాన్ని మిమ్మల్నే చూస్తున్నా. డబ్బులు వస్తుంటే చేదా?!" అంది భర్త మాటని కొట్టి పడేస్తూ.

"నీమొహం, నీకేం తెలుసు, మొదటి బహుమతి పెద్ద గుదిబండ. దాన్ని మోసుకుంటూ తిరగాలి. మన బండ మన కాళ్లకే అడ్డుపడుతుంటుంది.

ఆడ్ మ్యాన్ అవుట్ లా మనల్ని గుంపులోంచి వెలేస్తారు.

కథలో లోపాల్ని భూతద్దాలు పెట్టి గుచ్చి గుచ్చి చూస్తారు. కథకి ఆ పేరెందుకు పెట్టారంటూ పెన్ను పెట్టి పొడుస్తారు.

రొమాంటిక్ కథకి తక్కువ, క్రైమ్ కథకి ఎక్కువని ఎద్దేవా చేస్తారు. కొంతమందైతే ఈ కథ నువ్వే రాశావా లేక వ్యాసుడు వచ్చి చెబితే వినాయకుడిలా కాపీ చేశావా? నీ వెనక ఏదైనా శక్తి ఉండి నడిపిస్తోందా అని పిచ్చుక ప్రశ్నలన్నీ వేసి పిచ్చెక్కిస్తారు.

చింతకాయ దంచినట్టు దంచి, బట్టలో వేసి పిండినట్టు రసాన్ని తీస్తారు. ఏకీలుకాకీలు ఏకి పాకం పడతారు. చివరికి

'ప్యానెల్ లో వీడివాడెవడో ఉండుంటాడని' చప్పరించేస్తారు.

"అమ్మో! నా తల బద్దలై పోతోంది. ఇప్పుడు నేనేం చెయ్యాలి" అంటూ హైరానా పడిపోయాడు మూర్తి.

“హే ఊరుకోండి. ప్రతి దానికీ టెన్షన్ పడిపోతారు. జడ్జి చేసిన పనికి మీరేం చేస్తారు. మీరేవన్నా ఇమ్మని అడిగారా ఏంటి. అన్నీ పర్సనల్ గా తీసుకోకూడదు. బహుమతి రాని వాళ్ళ కడుపు మంట తాటాకు మంటతో సమానం. కాసేపు మండి చప్పున చల్లారిపోయింది. మీరు కుమ్ములో పెట్టిన చిలగడ దుంపలా చిట చిట లాడకండి. కాస్త నిబ్బరంగా ఉండాలి మరి” అని ధైర్యం చెప్పింది .

“ఏమో ఎందుకో నాకు భయంగా ఉంది. ఇదంతా నా చావుకొచ్చింది. ముందు ఆ తలుపులన్నీ మూసేయ్.” అన్నాడు. ఫోన్ చేతిలో పట్టుకుని బిత్తర చూపులు చూస్తూ

“తలుపులన్నీ మూసే వున్నాయి కదండీ. బహుమతి వచ్చిందని తెలిసిన షాక్ లో

సంధి పుట్టినట్టుంది దేవుడోయ్” లబలబమంది అనంతం

“ఇంటివి కావు, వాట్సాప్ తలుపులు.

ఓపెన్ చేయగానే ఎవరో ఒకరు చొరబడతారు

ఆ కథ పెట్టండి చూస్తాం అంటారు.

పోన్లే అని పెడితే అందరికీ ఫార్వార్డ్ చేస్తారు. అక్కడితో ఆగరు. ఇంతింతై పెద్ద సమీక్షల ఉండ్రాళ్ళుగ్రూపుల్లోకి విసురుతారు.

ఈ కథకన్నా సాధారణ ప్రచురణవే బాగున్నాయని గేలి చేస్తారు.

నీ స్వానుభవమా అని నిగ్గదీస్తారు.

సిగ్గుతో చావాలి నేను.

అలా ఒకరోజు రెండ్రోజులు కాదు.

మళ్లీ ఆ సంస్థ వారు రెండోసారి పోటీ పెట్టి బహుమతి ప్రదానం చేసే దాకా ఈ ముప్పు తప్పదు.” మూర్తికి ఆయాసం కూడా మొదలై ముక్కు పుటాలు అదిరిపడ్డాయి.

“సిగ్గు దేనికి?! సిగ్గులేకపోతే సరి.

మీకు బహుమతి ఇచ్చిన ఆ సంస్థ వాళ్ళని

మీరెరుగుదురా? మరీ ఎక్కువ ఆలోచిస్తున్నారేమో?!”

“ఎరుకా పాడా, కానీ వాళ్ళు నా బంధువో, బామ్మర్దో అని ఊహాగానాలు చెలరేగుతాయి. ఏదో పనున్నట్టు ఫోన్లు చేసి కాసేపు పొగిడి, గుట్టుమట్లు తెలుసుకోవాలని చూస్తారు. అవన్నీ నేను తట్టుకోలేను బాబూ” అని ఉక్కిరిబిక్కిరయ్యాడు.

“అసలు మీరు కథని ఏ పేరుతో పంపారు?”

"అనంత మూర్తి "

"అవునా మీ పక్కన నా పేరుంది గా ఇంకేం. ఇహ చూడండి. మీరు నిశ్చింతగా ఉండండి. తర్వాత కథని నేను నడిపిస్తాను"

అని వాట్సాప్ తలుపులు తెరిచింది.

"వద్దే. తెరవకే, నీకు వాళ్ళ సంగతి తెలీదే" అని దీనంగా దీర్ఘాలు తీశాడు మూర్తి.

"ఉష్! ఆగండి. మీలో నేను సగపాలన్నారుగా.

అదిగో మీ మిత్రబృందం అప్పుడే కథ పెట్టమని, అసలు ఎవరికీ పంపమని,

చదివి డిలీట్ చేస్తాం, ఒట్టు గాడ్ ప్రామిస్ అని మెసేజ్ చేశారు. ఇప్పుడు చూడండి ఏం చేస్తానో" అని చిరునవ్వులు చిందిస్తూ ఏదో టైప్ చేసింది.

"ఏం చేస్తావ్? ఆగు, వాళ్ళని తిడతావా ఏమిటీ అప్రతిష్ట. తెల్లారి లేస్తే వాట్సాప్ మొహాలు చూసుకోవాల్సింది మేమే. మా లింకులు తెగ్గొట్టకు" అంటుండగానే అనంతం

అందరికీ మెసేజులు పాస్ చేసింది.

"ఎంత చెప్పినా ఆగవు కదా... ఏమని మెసేజ్ పెట్టావూ ...? అంటూ ఆత్రంగా ఫోన్ లోకి తొంగిచూశాడు.

"ఈ కథ రాసింది మా యావిడ. నేను కాదు." అని మెసేజ్ పెట్టింది.

అటునుంచి ఠక్కున మూసుకున్న వాట్సాప్ తలుపులు అనంతం వైపు తెరుచుకున్నాయి.

'ఓహో ... ఆహా... సూపర్ ... అది మీ కథా మేడం?

మేడం అంటే మేడమే... అప్పుడే అనుకున్నాను. గాజుల చెయ్యి రాసిన వాసన కొట్టింది. ఇటువంటివి నేనిట్టే పట్టేస్తాను అద్భుతః.'అంటూ మెచ్చుకోళ్ల వర్షం.

మీ కథ ఓ సారి పెడతారా చూసి డిలీట్ చేస్తాం

అనే ఆత్రపు సందేశాలు.

"ఆ కథ నా 'నోట్లో' డిలీట్ అయిపోయింది. పత్రిక మీ దగ్గరుంటే నాకూ షేర్ చేయండి.

చదివి ఎలా ఉందో నిర్మొహమాటంగా నాకు చెప్పండి" అని రిప్లై ఇచ్చింది.

"నోట్లో నా ఓహ్! నోట్ ప్యాడ్ లోనా? పోయిందా అయ్యో...అయ్యో... పాపం...

అలాగే పెడతాం మేడం".

అంటూ అటునుంచి సానుభూతి సందేశాలు వచ్చాయి.

"అయ్యోనా కుయ్యోనా! హు... కుళ్ళబోతులు. కథ నీదనగానే ప్లేట్ తిప్పేసి మెచ్చుకుని నిన్నేమీ అనలేదు. నన్నైతే ఈపాటికే ఏకేద్దురేం?" ఉడికిపోయాడు మూర్తి.

"ఇక నుంచి తిరిగొచ్చిన కథల్ని

నా పేరు మీద తిరుగు టపాలో పంపండి. అంతే...సూపర్ హిట్టు" బొటనవేలుతో చూపుడువేలు కలిపి కన్ను గీటింది.

"ఈ కథ మూర్తి పేరుతో పంపిస్తే తిరిగొచ్చినదే

ఆ కవరు మార్చి నీ పేరుతో పంపించాను"

అన్నాడు.

"మరింకేం. నా పేరు బలం గొప్పది. అందుకే పదివేలు గెలిచింది. మీ అర్ధాంగిగా మీ విజయంలో సగం నాదే .పారితోషికంతో సహా!"అని కళ్ళెగరేసింది.

"నాకు రెండు వైపులామద్దెల దరువే" గొణుక్కున్నాడు మూర్తి.

"దేవుడున్నాడా? అదేగా. ఈ కథకేగా మీకు మొదటి బహుమతి వచ్చింది?" అంది. కాలుమీద కాలేసుకుని కూర్చొని నోట్ పాడ్ లో కథను చదువుతూ.

"అదికాదు. వేరొకటి. ఆ పక్కది "చెప్పాడు.

"ఏదీ...?"

"'వేడి ము... ము ...ముద్దు' అనే సరస కథకి బహుమతి వచ్చింది" అన్నాడు చెప్పలేక చెబుతూ.

"మీ మిత్రులతో నేనింతవరకూ మాట్లాడింది ము...ము...ముద్దు అనే సరస కథ గురించా? నేను రాశానని చెప్పి సమస్యని నావైపు తిప్పుకున్నానా? వా...ఆ.... చూడండి ఎన్ని మెసేజులు పెట్టారో..." అంది ఫోన్ వంక భయంగా చూస్తూ

"ఉతికి ఆరేస్తారే అంటే విన్నావా? మొదటి బహుమతి వచ్చిందంటే, పరువుకే ఎసరు తథ్యమని ఇప్పటికైనా తెలుసుకున్నావా?" అన్నాడు మూర్తి భార్య బిత్తర చూపుల్ని చూసి నవ్వుకుంటూ

"వా.......ఆ వాట్సాప్ తలుపులు....

... ము ...ము... మూసేయండి. కొన్నాళ్ళు సెలవులకని దూరంగా ఎటైనా వెళ్ళిపోదాం పదండి. బహుమతి వచ్చిన ఆనందం క్షణకాలం కూడా మిగలకుండా చేసారు వీళ్ళు. ఈ

దుమారం సద్దుమణిగేదాకా ఎవరికీ అందుబాటులోకి రావద్దు మనం. పదండి పుణ్యక్షేత్రాలకు. కదలండి పెన్ను పోటు లేని చోటుకు. "

అని అమాంతం వెళ్లి వైఫై ఆపేసి ఆయాసం తీర్చుకుంది అనంతం.

డైటింగ్లో ఘుమఘుమలు

శానాపతి(ఏడిద)ప్రసన్నలక్ష్మి

తెల్లారింది!

రాజ్యం వాకింగ్ కి వెళ్లి ఓ గంట తర్వాత తిరిగొచ్చింది. వస్తూనే ఆమె ముక్కుపుటాలను కమ్మటి వాసన తగిలే సరికి... 'ఆహా' అనిపించింది గానీ... అంతలోనే 'అమ్మో' అనుకుంది.

వంటగదిలో అల్పాహారం రెడీ చేస్తున్నాడు పానకాలరావు. ఇంట్లో కూడా వంటపని తప్పడం లేదు అతనికి.

"ఏవండోయ్... ఏంటి వండేస్తున్నారు? మీ పాక ప్రావీణ్యాన్ని మరీ ఇంటి బయట వరకూ ఎగబాకేలా వండుతూ ఉంటే ఎలా? ఇలా ఇంటి వంటను రట్టు చేయడమే మీపనా?" ఆ కమ్మటి వాసనల్ని ఇక భరించలేనట్టు మెళ్ళోని చున్నీని అడ్డు పెట్టుకుని... కాళ్లకున్న షూస్ విప్పుతూ... భర్తకు వినిపించేలా గుమ్మంలోంచే కేకేసింది రాజ్యం.

రాజ్యం కేకకు తుళ్ళిపడ్డాడు పానకాల రావు. "అదేంటి రాజ్యం అలాగంటావు...? ఇదేదో భరించలేని వాసనన్నట్టు అలా ముక్కు కూడా మూసుకుంటున్నావేంటి...? ఊపిరాడక గుండె ఆగిపోగలదు చూసుకో. ముందు ముక్కుకి ఆ చున్నీని అడ్డం తీసి... ఈ పెసరట్టు ఉప్మా తిను. నీకెంతో ఇష్టమని చేసాను. భార్య మీద ప్రేమతో వేడివేడిగా ప్లేటులో వేసి లోపలికి వచ్చీ రావడంతోనే చేతికి అందించబోయాడు పానకాలరావు.

రాజ్యం కొరకొరా చూసింది భర్త వైపు. అసలే వంద కేజీలు దాటిపోయి వున్న తన బరువును తగ్గించుకోవాలని నానా అవస్థలూ పడుతుంటే... ఓట్స్ గానీ, రాగిజావ గానీ, పెసలు మొలకలు గానీ భర్త తన ముఖాన కొట్టడం మానేసి... పెసరట్టు ఉప్మా అంటూ ప్లేటుని ఎదురుగా తెచ్చి... ఘుమఘుమలాడిస్తూ నోరూరిస్తుంటే... కోపంతో తన తల మీద కొట్టుకోలేక... దబదబా తన కడుపు మీద కొట్టుకుంది.

"అయ్యయ్యో... అదేంటే రాజ్యం? ఈ రెండూ సరిపోవంటే ఇంకో రెండు వేసుకొస్తాను. నువ్వు ఆకలేస్తుందని చెప్పడానికి కడుపు మాత్రం కొట్టుకోకు" అంటూ భార్య చేయి పట్టుకుని బతిమాలుతూ ఆపాడు.

భర్త మాటలకు రాజ్యం కోపం అరికాలు నుంచి నెత్తికెక్కింది. "ఏంటీ...? నాకు ఆకలేస్తుందని మీకేమైనా చెప్పానా...? అసలే నాకిష్టమైన పెసరట్టు ఉప్మాని మీరెందుకు చేసినట్టు...? నేను డైట్ మొదలెట్టింది ఇవన్నీ తినడం తగ్గించుకుందామనే కదా. మతిలేకే ఇవన్నీ పెడుతున్నారా నాకు...? అలవాటులో పొరపాటు అనుకోడానికి కూడా లేదు. గడిచిన మూడు రోజులూ డైటు బానే ఇచ్చారుగా. అసలు మళ్లీ ఏమయ్యిందండీ మీకు...?" ఈ వాసనలన్నీ నా ముక్కు ద్వారా కడుపులోకి వెళ్లిపోతుంటే... ఇక నేనేం డైటింగ్ చేయగలను?" భర్తపై నోరు పారేసుకుంటూ గట్టిగా నిలదీసి అడిగింది రాజ్యం.

భార్య అరుపులకు బిక్క చచ్చిపోయాడు పానకాలరావు.

"అదీ... అదీ... ఎందుకు చేసానంటే...? మూడు రోజుల బట్టి చప్పతిండి తింటూ, నువ్వు సరిగా భోజనమే చేయలేదు. నిన్నలా చూస్తుంటే జాలేస్తుంది. నువ్వొక్కసారిగా చిక్కిపోతే... నీరసం వచ్చి, ఎక్కడ కింద పడిపోతావోననే నా భయమంతా. ఆ తర్వాత నిన్ను ఆసుపత్రికి మోసుకెళ్లడం కూడా నాలాంటి బక్కపీనుగుకి కష్టమే. అందుకే... అప్పుడప్పుడైనా కడుపునిండేలా తృప్తిగా తింటే... నీ ఆరోగ్యానికి ఎలాంటి ప్రమాదం రాదనిపించి... ఈ పెసరట్టు ఉప్మా చేసాను. దయచేసి ఈ ఒక్కసారికి తినేసేయి. ఇంకెప్పుడూ పెసరట్టు ఉప్మా చేయను సరేనా...?" అన్నాడు భార్యపై మరింత ప్రేమను ఒలకబోసి బ్రతిమాలుకుంటూ.

"నా శ్రాద్ధం పెట్టినట్టు ఉంది మీ భయం. నా డైటింగ్ తో నీరసం వచ్చి ఏమీ పడిపోను గానీ... ఇలాంటివి తింటే మరింత గున్న ఏనుగులా తయారవుతాను. అతీ, మితీ కూడా ప్రమాదకరమే నాకూ తెలుసు. ఏదో కొద్దిగైనా బరువుతగ్గి నా ఆరోగ్యాన్ని కాపాడుకోవాలని... ఉదయాన్నే ఐదు కిలోమీటర్లు నడుస్తూ, ఒక పూటే అన్నం తింటూ, నూనె వంటకాలు తగ్గించుకుని నా పాట్లు ఏవో నేను పడుతుంటే... మీకు వెటకారంగా ఉందా...? అసలు నేనిలా

అవ్వడానికి కారణం మా నాన్న. 'నువ్వు నేను చెప్పినతన్ని పెళ్లి చేసుకుంటే... హాయిగా తిని కూర్చోవచ్చే. నీకసలు వంట పనే ఉండదు' అంటే... వంటమనిషి కూడా వుండే గొప్పింటి సంబంధం అనుకున్నాను గానీ, వంట వాడైన మీతో నామెళ్ళో తాళి కట్టిస్తారని అసలు అనుకోలేదు" అంటూ లబోదిబోమంది రాజ్యం.

పానకాలరావు రాజ్యానికి వచ్చిన కష్టానికి తెగ జాలి పడిపోయాడు. ఇప్పటికైనా తను చేసిన పొరపాటుకి క్షమించమని అడిగేద్దాం అనుకున్నాడు.

"రాజ్యం! వంట చేయడమే నా తప్పైతే ఇంకెప్పుడూ నేను ఇంట్లో వంట చేయను. నేనెంతో రుచిగా వండి నీకు పెట్టడం... నువ్వు ఆబగా తినడం వల్లే నువ్విలా బరువు పెరిగిపోయావు. ఈరోజు నుంచి నువ్వే నీకు నచ్చినట్టుగా ఆ వంటేదో చేసుకో. నీ డైటు కోసం మూడు రోజులు నేను చేసే వంటల్లో మార్పు తేవడంతో, నువ్వేలా వున్నా... నేను మాత్రం మూడు కేజీలు తగ్గిపోయాను. అసలే అల్పప్రాణిని. కొద్దిగైనా నాలో కండ మిగిలితేనేగా నేను బయటకెళ్లి పనిచేయగలను. నిజానికి ఈరోజు ఈ పెసరట్టు ఉప్మా నాకోసం చేసుకున్నాను. నీకు కూడా ఇష్టం కదాని తీసుకొచ్చి పెట్టాను. ఇంకెప్పుడూ ఇలాంటి పిచ్చి పనిచేయను లేవే" అంటూ ఆ పెసరట్టు ఉప్మా ప్లేటుని తీసుకెళ్లిపోతుంటే... రాజ్యం అదిరిపడింది.

"ఆగండాగండి. మీరు అన్నంత పనీ చేయకండి. నోటి వరకూ తీసుకొచ్చి రుచి చూపించకుండా తీసుకెళ్లిపోతారా? నాకు ఆశ పెట్టిన పాపం మీకెందుకు చుట్టుకోవడం? ఇటివ్వండి మీ తృప్తి కోసం తినేస్తాను. ఇంకెప్పుడూ 'ఇంట్లో వంట చేయను' అనే మాటను పొరపాటున కూడా అనవద్దు. నాకసలే వంట చేయడమనేది అలవాటు లేని పని. నాకోసం మీరెందుకు చిక్కిపోవడం...? మీకు నచ్చినట్టు గానే ఏ రకం వంట చేసినా... ఆ వంట రుచి చూడ్డానికి నేనున్నానన్న మాట మాత్రం అసలు మరచిపోవద్దు. నేను వంట గదిలో కష్టపడకూడదనేగా వెతికి వెతికి మరీ మీలాంటి వంటవాడికిచ్చి పెళ్లిచేశాడు మా నాన్న. నేను వంట చేస్తే మళ్లీ ఆయన ఆత్మ శాంతించదు" అంటూ ఆబగా పెసరట్టు ఉప్మాని లాగించేస్తుంది రాజ్యం.

భార్య పెసరట్టు ఉప్మాని అలా మెక్కడం చూస్తుంటే... బ్రహ్మానందం ముఖ కవళికల్లా మారిపోయింది పానకాలరావు ముఖం...!!

స.క.లం.

మీనాక్షి శ్రీనివాస్

ఏమండీ! ఏం చేస్తున్నారు? ఎంత పిలిచినా పలకరు?" అంటూ గదిలోకి వచ్చిన అఖిలం అలా నిలువు గుడ్లేసుకుని నిశ్రాటలా నిలబడిపోయింది.

కారణం, కొంప తగలబడి పోతోందా అన్నట్టు రైకమ్మేసిన పొగలు... ఆ పొగలలో అస్పష్టంగా ఓ ఆకారం, బుగ్గన ఓ చెయ్యి, నోటిలో సిగరెట్ తో, ఎప్పుడో పంతొమ్మిది వందల నలభైల్లో పొగలుగక్కుతున్న రైలింజనులా తన భర్త... చుట్టూరా అడుగు ఎత్తున ఉండచుట్టి విసిరి పారేసిన కాగితపు ఉండలూ...

మతిపోయింది అఖిలానికి.

విషయం అర్థం అయింది. తన పెళ్ళయిన గత నాలుగేళ్ళుగా బాగానే ఉన్నా సరిగ్గా నెల్లాళ్ళ కింద పాత విద్యార్థుల ఆత్మీయ సమ్మేళనానికి వెళ్ళి వచ్చినప్పటి నుంచీ ఇలా అయిపోయాడు.

తన చిన్నప్పటి నేస్తాల్లో ఇద్దరు పేరు మోసిన రచయితలు అయిపోయారట.

అసలు తను దృష్టి పెట్టక కానీ తను ఎప్పుడో వాళ్ళను మించిన రచయిత అయిపోయి ఉండేవాడట.

అప్పటి నుంచీ మొదలైంది అఖిలానికి నరకం.

రాత్రుళ్ళు పడుకోడు. సమయానికి ఆఫీస్ కి వెళ్ళడు. ఇంట్లో ఉన్నా ఓ మాటా మంతీ, ముద్దూ, ముచ్చటా లేవు.

అహర్నిశలూ అదే ఆలోచన... అదే వ్యాపకం.

అదృష్టమో, దురదృష్టమో కరోనా తరువాత పత్రికలన్నీ మూతబడ్డాయి కాబట్టి సరిపోయాయి కానీ లేకపోతే ఇప్పుడు ఇతని దెబ్బకు మూసుకోవాల్సి వచ్చేదే.

నిర్ఘాంతపోయి అలా నిలబడి ఆలోచనల్లోకి జారిపోయిన అఖిలానికి 'అబ్బా' అన్న మొగుడి కేకతో స్పృహలోకొచ్చింది.

"ఏమైంది? ఎందుకలా గుండెలు అవిసిపోయేలా కేకేశారు? అయినా ఈ గదేమిటి ఇలా తయారు చేసారు? రచనలు చెయ్యడం ఇలా కాదనుకుంటానండీ" అనేసింది ఒళ్ళు మండి.

"నీ మొహం నీకేం తెలుసు? కొమ్ములు తిరిగిన రచయితలందరూ రోజుకు డజను పెట్టెలూదేసేవారట... అప్పుడే అచిరకాలం నిలిచిపోయే రచనలు..." తన్మయంతో అరమోడ్పు కళ్ళతో కాలుస్తున్న సిగరెట్ చేతి వేళ్ళను ముద్దెట్టు కోవడంతో, దానిని గభాలున పడేసి ఆ వేళ్ళను ఊదుకుంటూ గోముగా అన్నాడు.

"అచిరకాలం నిలిచిపోయే రచనల మాటేమో కానీ అట్టే ఆలస్యం లేకుండా కాలం చేయడం మాత్రం గ్యారంటీ" అక్కసుగా అంది.

"ఛ... ఛా... నోటికి ఎంత మాటొస్తే అంత మాటా అనేయడమేనా! కట్టుకున్న పెళ్ళామే ప్రోత్సహించకపోతే ఇక నాలోని రచయిత ఎలా మేలుకొంటాడు?" గొంతులో అలక.

"మేల్కొంటాడో, పడుకుంటాడో కానీ, రంగి ఇప్పటికి మూడుసార్లు వచ్చి మిమ్మల్నిలా చూసి పారిపోయింది. అది వెళ్ళిపోతే ఇక మీరు ఆ కలం పక్కన పెట్టి చీపురు పట్టుకోవాలి... లెండి, అవతలకి వెళ్ళండి, అది గది తుడవాలి..." నిర్దాక్షిణ్యంగా లేపేసింది.

"హూ! సరేలే లేపేస్తే లేపేసావు కానీ నా కథకో అద్భుతమైన ప్లాట్ ఇచ్చావు! టైటిల్ 'చీపురే నా ఆయుధం' ఎలా ఉందీ?" ఆత్రంగా అడిగాడు.

"భేషుగ్గా ఉంది. తక్షణం బయటకు నడవకపోతే... కథ ఆటోమేటిక్ గా అదే అవుతుంది." కసిగా అంది.

అఖిలం వెనకాల ఉన్న రంగి కిసుక్కున నవ్వడం విన్న సకలం కోపంగా ఏదో అనబోయి, మళ్ళీ ఎందుకులే అనుకుని బయటకు నడిచాడు.

"అయ్యగారేటమ్మా ఈ మద్దెల అదో మాదిరిగా ఉంతన్నారు?" అడగనే అడిగింది రంగి.

"ఏమిటోనే కరోనా, మలేరియాల్లా ఈయనకీ మధ్య 'రచనేరియా' అనే జబ్బు పట్టుకుంది. అందుకే పాపం... అవునూ ఎందుకే ఆ కాగితాలన్నీ అలా సంచీలోకి ఎత్తుతున్నావ్? తుడిచి పారేయకా!" ఆశ్చర్యంగా అంది అఖిలం.

"కొంపదీసి, అవన్నీ సాపుచేసి ఇంటికెళ్ళాకా తీరిగ్గా చదువుతావా ఏమిటీ?" మళ్ళీ తనే అంది.

"ఊర్కోండమ్మా మీరు మరీను. యియన్నీ సాపు చేసి తూకానికేత్తే పదో, పరకో వత్తాది. కూరకో, నారకో అయినా అత్తదికదాని..." అంటూనే ఓ గోతాంలోకి అవన్నీ ఎత్తేసి చకచకా తుడిచేసింది.

ఫినాయిల్, సిగరెట్ పొగా కలిపి అదో రకమైన వింత వికారపు వాసన అలుముకుంది గదంతా.

మొత్తుకుంటూ కిటికీలన్నీ తెరిచింది అఖిలం.

★★★

మొత్తానికి వారం రోజుల పాటు మూడు తెల్ల కాగితం పేకెట్స్ ఖాళీ చేసి ఒక సీరియస్, అతని ఉద్దేశ్యంలో చైతన్యవంతం అయిన కథ 'చీపురే నా ఆయుథం' మరో రెండు హాస్య, సరస కథలు ఎడాపెడా వ్రాసి పడేశాడు.

వాటి పేర్లు 'పొగ చూరిన చూరు' హాస్య కథ, 'మోహం – దాహం' సరస కథ.

యిప్పుడు అసలు పరీక్ష మొదలైంది. అవి ఏ పత్రికలకు పంపాలి? ఎవరైతే ఎక్కవ సమయం తీసుకోకుండా త్వరగా వేసేస్తారు? ఏ పత్రికకు పాఠకాదరణ ఎక్కువ? ఏ పత్రికకు పారితోషికం ఎక్కువ? ఏ పత్రికలో అయితే రచయితలను దేవుళ్ళలా భావించి గౌరవిస్తారు? లాంటి ఎన్నో వడబోతల తరువాత... ఆ మూడు కథలనూ మూడు పత్రికలకు పంపేశాడు.

అప్పుడు ఆఫీస్ కు వెళ్ళాడు.

"ఏమిటోయ్ సంపత్ కల్యాణ్ ఇన్నాళ్ళూ సెలవు పెట్టావ్?" అంటూ అడిగిన సహోద్యోగి సదానందాన్ని కొరకొరా చూసాడు.

పాపం అతను ఈ మధ్య అనారోగ్యంతో సెలవులో ఉండడంతో మనవాడు తన పేరును 'స క లం' గా మార్చుకున్న సంగతి తెలియక అలా పిలిచాడు.

“చూడండీ! మీరు సెలవులో ఉన్నారు కనకా, ఇదే మొదటి తప్పు కనకా మిమ్మల్ని క్షమించి వదిలేస్తున్నా... నా పేరు ‘స.క. లం ‘ ఇక నుంచీ అలాగే పిలవాలి అంతా! నాకిప్పుడు సకలం కలమే! అసలే అతి త్వరలో నావి మూడు కథలు రాబోతున్నాయి.” సీరియస్ గా చెబుతున్న అతని పెదవుల మీద ఆఖరి మాట అంటుండగా చిరునవ్వులు పూచాయి.

“అవునా! నెల్లాళ్ళు నేను సెలవులో ఉండే సరికి ఇన్ని ఘోరాలు జరిగిపోయాయా?” షాక్ లో నిజం బుల్లెట్ లా తన్నుకొచ్చేసింది సదానందం నోటి వెంట.

అంతే కోపంతో రగిలిపోయిన సకలం నోటి వెంట ఆశువుగా అచ్చ తెలుగులో అంతవరకూ ఎవరూ కనీ వినీ ఎరుగని తిట్లు ప్రవాహంలా వచ్చేశాయి.

బిత్తరపోయిన సదానందం తల తిరిగి అలాగే కూర్చుండిపోతే ఇంకో సహోద్యోగి వచ్చి సకలాన్ని శాంతింప జేసి ఉగ్రనరసింహావతారానికి పానకం పోసినట్టు, శాంతి మంత్రం చదివినట్టూ...

“మీవంటి మహా రచయితకు ఇంత కోపం తగదు. పాపం ఆయన ఇన్నాళ్ళూ అనారోగ్యంతో బాధపడుతున్నాడు కదా, అందుకే ఇవేవీ తెలియవు.

అయినా మీ ప్రజ్ఞా పాటవాలు మాకందరికీ తెలుసు కదా! రేపటి రోజున పత్రికల్లో మీ పేరు చూసి అతనూ తెలుసుకుంటాడు. క్షమించి వదిలేయ్... మళ్ళీ అతను ఆసుపత్రి పాలయితే ఆ పాపం ఎవరిదీ?” అంటున్న అతని చేతులు గబుక్కున పట్టేసుకుని ఆనందంతో ఊపేశాడు సకలం.

“ఆహా! ‘ఆ పాపం ఎవరిదీ?’ “కథా శీర్షిక అదిరి పోతుంది. ఇక కథ ఆలోచించాలి. ప్రపంచం నిండా బోలెడు పాపాలున్నాయి. రకరకాల పాపాలతో రకరకాల కథలు వ్రాసేయవచ్చు.” అంటూ ఆనందంతో డాన్స్ తను చేస్తూ, అతని చేతా చేయించాడు.

అందులో మచ్చుకు కొన్ని తవికలు, అదేనండీ కవితలు...

పాప పంకిలమీ జీవితం
పాపాల పుట్ట ఈ పొట్ట
వేళకు తిన్నా తప్పే,
తినక పొట్ట మాడ్చినా తప్పే
అధికంగా తింటే ముప్పు
అస్సలు తినకుంటే తప్పు

తిన్నా, తినకున్నా చేస్తుంది పాపం
ఈ జీవుడికి అదే శాపం.
పూట పూటకూ పూటుగా తిను
తిన్నదరిగేదాకా రాస్తూ చను (వెళ్ళు)
అప్పుడవుతావు నువ్వు గొప్ప రచయిత
కథలు, కవితలె కాదు పద్య సహిత
ఇంకా ఏవేవో అనర్గళంగా నోటికీ, చేతికీ ఏదొస్తే అది...
పువ్వు, నవ్వు, లవ్వు, కొవ్వు
కాదేదీ కవితకనర్హం
రావాలోయ్ కవితావేశం
ఇవ్వాలోయ్ నవ సందేశం
కనులు తెరిస్తే జననం
కనులు మూస్తే మరణం
మధ్యనున్నదే జీవన వ్యవస్థ
అదే ఈ జీవితానికి అవస్థ

ఇలా ఎవరు ఏ మాట మాట్లాడినా, దాన్నో కథగానో, కవితగానో వ్రాసేస్తూ... అలా 'కాదేదీ రచనకనర్హం' అంటూ ఏది విన్నా, ఏది కన్నా దానినో కథలా మారుస్తూ పుంఖానుపుంఖాలుగా ఆరేడు పేజీల కథ అనబడే వ్యథలను పత్రికా సంపాదకుల మీదకి వదిలి వారి జీవితాలను దుర్భరంగా మార్చేస్తున్నాడు సకలం.

అప్పుడు వాళ్ళంతా కూడబలుక్కుని అత్యధిక సర్క్యులేషన్ ఉన్న పత్రికలో ఇలా ప్రకటన వేయించారు.

'స.క.లం. అనబడే రచన మార్తాండ సంపత్ కల్యాణ్ లంక గారికి చేయు వినమ్ర వినతి 'మీ రచనలు చదివీ చదివీ మానసిక రుగ్మత బారిన పడుతున్న కారణంగా మా సంపాదకులంతా, 'రచ్చ రచ్చ రంబోలా' అనే మీ కథను ఈ ఏటి మేటి కథ గానూ, మిమ్మల్ని 'రచనాగ్రేస్వర చక్రవర్తి 'గా అంగీకరిస్తూ ఇక తాము కనీసం కొంత కాలం రచనలు చేయడం ఆపేస్తే మేమంతా మా ఉద్యోగాలు చేసుకుంటూ, ఏదో అలా మా పెళ్ళాం, పిల్లలతో కలిసి కలో

గంజో తాగి బ్రతుకులీడుస్తాం. మా మీద దయ చూపి తమరు కొన్నాళ్ళు, కొన్నేళ్ళ రచనా వ్యాసంగం విరమించ ప్రార్ధన.'

ఎడతెరిపి లేకుండా వస్తున్న మీ రచనా శరాఘాతాలకు మేము తట్టుకోలేక వచ్చినవి వచ్చినట్టే పక్కన పడేసి మా వృత్తికి అన్యాయం చెయ్యలేక, అలా అని చదివి మా జీవితాలను మేమే నరకం చేసుకోలేక పడుతున్న ఈ చిత్ర విచిత్ర హింస బారి నుండి మమ్ములను దయతో విముక్తులను చేయ ప్రార్ధన.' అంటూ రకరకాలుగా కోరి ప్రార్థించారు.

ఇంటా బయటా అతని రచనల దాడికి తట్టుకోలేక అంతా భయం భయంగా తప్పుకు తిరగడంతో బాటు

కనీసం భార్య, బిడ్డలు కూడా దగ్గరకు వచ్చే సాహసం చెయ్యలేకపోవడంతో 'సకలం' శాంతించి, తన మహోగ్ర రచనా వ్యాసంగానికి కొన్నాళ్ళు విరామం ఇస్తున్నట్టుగా ప్రకటించడంతో తాత్కాలికంగా అందరికీ శాంతి లభించింది.

పండగ అల్లుడు

కూని అంకబాబు

"ఏం బావ బాగున్నావా?" అడిగాడు జనార్ధన్ ఊరు నుండి అప్పుడే వస్తున్న తన అక్క మొగుడు ఏకాంబరాన్ని.

"ఏం బాగుండకూడదా? " ప్రశ్నించాడు ఏకాంబరం చిరాకుగా.

"అదేంటి బావా అలా అంటావ్? "

"మరి ఇంకెలా ఉంటాను? అదే హైటు. వెయిటే కాస్త తక్కువ. అయినా నీ కళ్ళకేమైనా పగటి చీకటి కమ్మిందా ఏంది? మనిషిని ఎదురుగా పెట్టుకుని కళ్ళున్న కబోదిలా అలా అడుగుతున్నావ్. సరేలే అడిగావు కాబట్టి చెప్తున్నా విను. మీ అక్కతో పెళ్లి కాక ముందు గోల్డ్ బిస్కట్టులా ఉండేవాణ్ణి. ఇప్పుడు చూడు కుక్క నాకిన బిస్కెట్టులా అయిపోయాను.

ఇంతకీ నన్ను ఇంట్లోకి రమ్మంటావా? లేదంటే వచ్చిన దారినే పొమ్మంటావా?

ఏకాంబరం మాటలకి కాస్త చిరాకేసిన జనార్దన్ "అయ్యో! ఎంత మాట బావ?" అంటూ అతని చేతిలోని లగేజీ తీసుకొని "రా బావా! లోపలకి "అన్నాడు.

"ఇంతకీ ఏది నా భార్యామణి? ఎంతకీ కనపడదేం?"

"వంటింట్లో ఉంది బావ. "

"ఏంటి!? వంటే రాని మీ అక్క వంటింట్లో ఉందా!? ఏం చేస్తుందక్కడ? సరే గాని నీకోమాట చెప్పాలోయ్. మీ ఇంటి ముందు ఆ మామిడి చెట్టు మీద కోయిల పాట బహు పసందుగా ఉందోయ్ జనార్ధన్."

తన బావ ముందు తన గొప్పతనాన్ని చాటుకునే ప్రయత్నం చేస్తూ "చిత్రం ఏంటంటే అదే చెట్టుపై కాకీ ఉంది, కోయిలా ఉంది. రెండూ నలుపే అయినా కాకిని అశుద్ధపక్షిగా, కోయిలను ఉగాది పక్షిగా చేశాడు భగవంతుడు, చిత్రంగా ఉంది కదా బావ?" అన్నాడు జనార్ధన్.

ఎందుకుండదూ? ఒకే ఇంట్లో పుట్టిన నిన్నేమో స్టార్ హోటల్లో వంటోణ్ణి చేశాడు.

ఏ వంటా రాని మీ అక్కని నాకు పెళ్ళాన్ని చేశాడు. ఇది ఇంకా విచిత్రంగా ఉంది కదా! అన్నాడు చిరాకుగా ఏకాంబరం.

"ఏమండీ, ఇప్పుడేనా రావడం?" అడిగింది ఏకాంబరం భార్య పంకజం.

" కాదు, వచ్చి వారం అయింది. ఇప్పటిదాకా బజార్లో బజ్జీలు యాపారం చేసి, ఇదిగో ఇప్పుడే మీ కొంప కొచ్చా" అన్నాడు ఏకాంబరం చిరాకుగా.

"చాల్లెండి, ఏంటా సరసాలు?" గారాలు పోయింది పంకజం.

"సరసాలా? నా మొహానికి సరసాలు కూడానా!? ఛీ! నా మొహాన చీమ చీమిడెయ్యా. ఇంతకీ ఏం చేస్తున్నావ్ వంటింట్లో? "

"వంట నేర్చుకుంటున్నానండి. ఇప్పుడే టీ ఎలా పెట్టాలో నేర్చుకున్నానండి. ఉండండి మీకోసం టీ చేసి తీసుకువస్తాను."

" ఆగాగు. నాకసలే షుగర్ వచ్చి చచ్చిందని డాక్టర్ నిన్ననే టెస్ట్ చేసి చెప్పాడు. చక్కెర విషయంలో జాగ్రత్త."

"సరేలేండి, ఇప్పుడే తెస్తా ఉండండి. "అంటూ వంటింట్లోకి వెళ్ళింది పంకజం.

" ఏం బావ? ఇంకేంటి సంగతులు?" అడిగాడు జనార్ధన్ ఏదో అడగాలన్నట్టు.

"ఏముంటాయి? నా పిండాకూడు, నా శ్రాద్ధం.

"ఏంటి బావ ఆ మాటలు? అలా అంటారేంటి?"

"ఆ మాటలకు చిరాకుపడ్డ ఏకాంబరం మరి అలా అనక ఎలా అనమంటావ్? మీ అక్కనిచ్చి పెళ్లి చేసి సంవత్సరం కావస్తోంది. ఇవ్వాల్సిన కట్నం ఇవ్వకపోగా ఇదిగో అదిగో

అంటున్నారే గానీ ఇవ్వరు. అదేమంటే పంట పండితే ఇస్తామంటారు. మీ పంట పండేదెప్పుడు? నా పంట పండేదెప్పుడు? అన్నాడు ఏకాంబరం.

"ఈసారి ఖచ్చితంగా ఇచ్చేస్తాం బావ." అని జనార్ధన్ అనడంతో "ఆ రోజు ఎంతో వినయంగా కాళ్ళు కడుగుతుంటే... ఆహా! మీరంతా నా కాళ్ళ దగ్గర ఉంటారనుకున్నా కానీ ఇలా కాళ్ళరిగేలా తిప్పించుకుంటారని అనుకోలా". అంటూ నిట్టూర్చాడు ఏకాంబరం.

" సారీ బావ!"

"ఆ... ఆ... సారీ. ఈ సారీ చెప్పే.. నాకు శారీ కట్టి ఆడించేస్తున్నారు. ఈసారి కట్నం డబ్బులు ఖచ్చితంగా ఇవ్వాల్సిందే. ఇస్తేనే కదుల్తా. లేదంటే ఇచ్చే దాక ఇక్కడే ఉండిపోతా" అని నొక్కి చెప్పాడు ఏకాంబరం.

"ఇదిగోండి, టీ తీసుకోండి. ఎలా ఉందో చెప్పండి." అడిగింది పంకజం.

"ఏంటే నేనే మైనా హోటల్లో నీ తమ్ముడిలా వంటోణ్ణి అనుకున్నావా? రంగు, వాసన చూడంగానే చెప్పేయడానికి. రుచి కూడా చూడని. "అంటూ కాస్త తాగి థు... థు..." అని ఊసేసి "ఛీ...ఛీ..ఏంటే ఇంత ఉప్పగా ఉంది?" అంటూ కేకలేశాడు ఏకాంబరం.

"అంటే మీకు షుగర్ ఉందని చెప్పారు గా, అందుకే కాస్త ఉప్పు వేశానండీ..."

"ఆ! ఉప్పు వేశావా? నీ మొహం మండ. నీ తెలివితేటల్ని తాటాకులతో తగులబెట్ట." చిరాకు, కోపం ఒకేసారి చూపిస్తూ అన్నాడు ఏకాంబరం.

"ఏమండీ! బాగా లేదా? మీ మీద ప్రేమతో చేశానండి. అయితే ఈసారి కారప్పొడి వేసి తీసుకురానా?" అమాయకంగా అడిగింది పంకజం.

"ఒసేయ్! ఏంటే? నన్ను చంపేయడానికి ప్లాన్ వేశావా ఏంటే? "

"అయ్యో రామ! ఏంటండీ ఆ మాటలు?" అంటూ బుంగమూతి పెట్టింది పంకజం.

అప్పుడే పంకజం వాళ్ళ అమ్మ మీనాక్షి వంటింట్లో నుంచి బయటకు వస్తూ "ఏంటి అల్లుడుగారు? ఏమైంది?" అని అడిగింది.

"ఆ... నీ కూతురు ఉప్పుతో టీ పెట్టి తెచ్చింది. ఇప్పుడేమో కారప్పొడితో టీ చేసి తెస్తానంటుంది. దీని దుంప తెగ." ఆ మాటలకి మీనాక్షి "అవేం మాటలు అల్లుడుగారు? అసలే అది పసిపిల్ల. మీ మీద ప్రేమ కొద్ది చేసి ఉంటుంది. మీకు అసలే షుగర్ అంట కదా. సరేలేండి, టీ తాగకపోతే పోయారు. మీకోసం వేపకాయ బిర్యానీ చేసి రెడీ చేస్తున్నాను ఉండండి." చెప్పింది మీనాక్షి.

మీనాక్షి మాటలతో ఖంగుతిన్న ఏకాంబరం, ఆ! వేపకాయ బిర్యానీయా? ఇలా కక్ష గట్టారేంటే నామీద మీ కుటుంబం? కొంపదీసి నన్ను చంపేస్తారేంటే? పోతా, మా ఊరికి పారిపోతా. వామ్మో! ఇక్కడే ఉంటే చచ్చిపోతా. నేను పారిపోతా "అంటూ వెళ్ళిపోతాడు ఏకాంబరం.

"హమ్మయ్య! మన ప్లాన్ వర్కౌట్ అయిందే దెబ్బకు పారిపోయాడు. కాకపోతే కట్నం డబ్బులు కావాలంటా. కట్నం డబ్బులు. కట్నం తీసుకునేవాడు గాడిదని తెలిసి కూడా కట్నం కోసం వస్తాడా?" అనింది మీనాక్షి.

"అమ్మా! ఆయనేమన్నా అనుకుంటాడేమోనే? పాపం బాగా భయపెట్టేశావే." అని కంగారు పడ సాగింది పంకజం.

"ఏమనుకోడు. నాలుగు రోజులు గడిచాక అతడే మళ్లీ వస్తాడు నీ దగ్గరికి. చూస్తూ ఉండు. ఈసారి కట్నం కాదు కదా కాకరకాయ కూడా అడగడు. నీ కాపురాన్ని నేను చక్కబెడతా కదా." అంటూ కూతుర్ని తీసుకొని వంట గదిలోకి వెళ్ళింది మీనాక్షి.

అ. అ... కొ. కొ

మాధురీ. వారణాసి.

కోమలి భోజనం చేసి తీరికగా టీవీ ఆన్ చేసింది. సడన్ గా ఓ ఛానెల్ వారు నిర్వహించే ప్రోగ్రామ్ ఇంట్రస్టింగ్ గా అనిపించి,చూడడం మొదలుపెట్టింది.

“ఇత్తడి” ఛానల్ వారు నిర్వహించే “జ్వలితా జ్యూయలర్స్ విత్ కాప్షన్ అ.అ...కొ. కొ షాప్” వారు నిర్వహించే క్విజ్ కార్యక్రమం.

పుట్టపర్తి సాయిబాబాలా జుట్టు పెంచుకున్న ఒకాయనా, పక్కనే చీర కట్టుతోనే సగం వంటిని వీధిలోకొదిలేసిన యాంకర్ ఉన్నారు.

★★★

ఎదురుగా నలుగురూ నాలుగు రకాల వయసున్న ఆడ వారు ఊరుకూరికే సిగ్గుపడుతూ, కులుక్కుపోతూ, ఓవర్ గా తయారయిపోయి వాళ్ళ వాళ్ళ పోడియం దగ్గర నుంచున్నారు.

క్విజ్ మొదలయ్యింది. మొదటి ప్రశ్న... ‘పెళ్లిలో, మీ వారు మొదటగా మీకేం నగ పెట్టారు? లేక కట్టారు? ‘

నేను నేనని నలుగురూ దెబ్బలాడేసుకోసాగారు.'కాదు ముందుగా బజ్జర్ నొక్కింది బంగారమ్మ గారు. ఆవిడకే ఛాన్స్ 'అంది యాంకరు స్వర్ణ.

బంగారమ్మ 'నల్లపూసలు' అని ఎక్సైటింగ్ గా అరచినంత పనిచేసింది. స్వర్ణ "నో ఆంటీ, మీకు పెళ్ళయ్యి చాలా ఇయర్స్ అయింది కదా! అందుకే చెప్ప లేకపోయారు". అని కొత్తగా పెళ్ళయిన పసిడి దేవి కి ఛాన్స్ ఇచ్చింది.

"మంగళసూత్రం" అని మెలికలు తిరిగిపోతూ చెప్పింది పదే. "కరెక్ట్ "!! అని స్టూడియో అంతా దద్దరిల్లేలా గెంతి, మీకు ఓ పగడం గిఫ్ట్ "అంది. స్వర్ణ అహా! అనుకుంటూ పసిడి పరిగెత్తగా అబ్బా 'ఆశ, దోశ, అప్పడం... మా షాపులోనే ఇస్తాం ఫలానా రోజున' అన్నాడు ఆ జుట్టు బాస్. ఈసురోమని వెనక్కొచ్చింది పసిడి.

నెక్స్ట ప్రశ్న.. "ఈ టైంలో మీ శ్రీవారు ఇంటిలో ఏం చేస్తూంటారు? అడిగింది స్వర్ణ. కనకం బర్ర్ మని చెవులు చిల్లలు పడేలా బజ్జర్ నొక్కింది. "టీవీ చూస్తూంటారు" దర్పంగా చెప్పింది.

"సారీ ఆంటీ! మీకు ప్రశ్న సరిగా అర్థం కాలేదు '.ఏం చేస్తూంటారూ' నొక్కి పలికింది. అంతే ఠకీ మని బజర్ నొక్కి "ఏముందీ గిన్నెలు తోముతూ ఉంటారు" అని గొప్పగా కళ్ళు మిటకరిస్తూ చెప్పింది కాంచన.

ఇంటికి ఫోన్ చేస్తే నిజమే అని సమాధానం రావడంతో స్వర్ణ మళ్ళీ గెంతబోతే కేశవుడు, అదే జుట్టు బాస్ ఆపాడు. ఫ్లోర్ రిపేర్ కాస్ట్ తన మీద పడుతుందని.

మీకొక ముత్యం గిఫ్ట్ అని ఒక పెద్ద సైజ్ ముత్యాన్ని చూపించినట్లే చూపించి దాచేసింది యాంకరు.

సరే, ఇంకొక ప్రశ్న రెడీయా అంది. మేకల్లా తలలూపారు అందరూ. తలల్లో పెట్టుకున్న బండెడేసి పూవులు జలజలా రాలి ఫ్లోర్ మీద పడ్డాయి.

అ.అ... కొ.కొ అంటే ఏమిటి? అడిగింది. "అం అహా,కం కహా" చెప్పింది బంగారం. "మీరన్నీ తప్పులే చెబుతారాంటీ.. మీకసలు ఏమీ రాదూ" పుసుక్కున స్వర్ణ అనే సరికి బంగారానికి కోపం వచ్చి "నీ "అని స్టార్ట్ చేయబోయే సరికి... 'చప్పట్లు చప్పట్లు' అరిచింది స్వర్ణ. ఎందుకో అర్థం కాకపోయినా అందరూ కొట్టేసారు ఫ్లోర్ అదిరిపోయేలా...

బంగారం పెద్దమ్మ గారు ఆన్సర్లు బాగా ట్రై చేస్తున్నందుకు గానూ ఓ "అమెరికన్ డైమండ్" ఇదిగో అని చూపించింది. ఎవరికీ కనపడలేదు కానీ ఆల్రెడీ చేతులు నొప్పిగా ఉండేసరికి పోడియంని బాదేసారు దబ దబా...

జుట్టు బాస్ జుట్టు పీక్కుంటూ కనబడేసరికి యాంకర్ వెళ్ళి ఆయన మీద పూర్తిగా పడిపోయి చెవిలో, ఇప్పుడా ముసలావిడ మనని బూతులు తిడితే డేంజరూ.. ఏం కాదు నేను మ్యానేజ్ చేస్తా అంటూ తన ఒంటితో అతనిని మ్యానేజ్ చేసింది ఉద్యోగ ధర్మం లో భాగంగా.

ఆపై నోరెత్త లేదు బాస్.అలా కాసేపు పిచ్చి ప్రశ్నలతో, వెర్రి జవాబులతో, గెంతులతో క్విజ్ కార్యక్రమం జరిగిందనిపించారు.

"ఇంతటితో ఈ క్విజ్ ముగిసింది. మీరందరూ మా నగల షాప్ కి వచ్చి మీ గిఫ్ట్ లు తీసుకోండి" అని చెప్పి... వాళ్ళ గోల్డ్ షాప్ లోని కొన్ని నగలని స్క్రీన్ మీద మిరుమిట్లు గొలిపేలా చూపించారు. మా షాపులో తరుగు తక్కువ, జీ యస్ టీ తక్కువ అనే సరికి ...

అప్పటివరకూ ప్రోగ్రాంని, పార్టిసిపెంట్స్ వేసుకున్న నగలనీ, డిస్ ప్లే చేసిన నగలనీ నోరెళ్ళబెట్టుకుని చూస్తున్న కోమలికి ముందు రోజే పెరిగిన తన నానతాడు గుర్తొచ్చింది.

అంతే, సాయంత్రం వరకూ పనేమీ లేకపోయే సరికి తన సూత్రాల తాడు పట్టుకుని బండేసుకుని బయలుదేరింది.

షాపు దగ్గర చేతులకి శానిటైజర్ కొట్టారు.. అందరూ ఒకేలా ముడి, వాచ్, గొలుసూ, లిప్పు స్టిక్కూ, చీరా, డిజైనర్ బ్లౌజ్ లతో షోగా కనిపించే సేల్స్ గాల్స్ పదిమంది నమస్తే చెప్పేసరికి విమానం ఎక్కి గాల్లో తేలిపోయినంత ఫీలింగొచ్చింది కోమలికి.

దర్జాగా లోపలికి నడిచింది. కాసేపు కొనేదానిలా ఆ నగా, ఈ నగా చూసి పెదవి విరిచి 'ఛీ ఇవీ ఓ నగలేనా' అన్న లుక్ ఇచ్చి తన సూత్రాల తాడుని బయటకి తీసింది.. రిపేరు కోసం.

"కూర్చోండి మేడమ్! మేం మా గోల్డ్ స్మిత్ కి చూపించి, చెక్ చేసుకుని వస్తాము" అనే సరికి... 'నేనూ వస్తా' అనేంతలో 'ఎక్స్‌క్యూజ్ మీ మేడం "అంటూ ఓ వాటర్ బాటిల్, ఓ రంగు నీళ్ళ బాటిల్ ఇచ్చే సరికి కదలలేకపోయింది.

కాసేపట్లో తిరిగొచ్చిన సేల్స్ గాళ్... 'మేడం' అంటూ సాడ్ గా మొహం పెట్టి... 'ఈ గొలుసూ ఈ గొలుసూ' అని నాన్చే సరికి కోమలికి "కొంప తీసి బంగారం కాదంటుందా ఏంటీ" అనే డౌటనుమానం వచ్చి వాళ్ళాయన మనసులో మెదిలాడు వద్దంటున్నా "భజానా" షాప్ లో కొన్నాడు అని.

గొలుసుని మెజీషియన్ లా చేతులతో తిప్పుతూ సేల్స్ గాళ్ మాట్లాడుతూ ఉండే సరికి, తన కళ్ళు తిరుగుతున్నట్లయి కోమలి పూర్తిగా డంబ్ గా అయిపోయింది. పైగా ఆ రంగు నీళ్ళకి కక్కుర్తిపడిందేమో.. కడుపులో ఒకటే తిప్పుడు.

'దీనిని అతుకు వేస్తాం కానీ, అతుకు కనబడుతూ ఉంటుంది మేడమ్. శుభమా అని సూత్రాల గొలుసు అతుకుతో వేసుకోకూడదు కదా!!

నేను మీకొక సలహా ఇస్తాను మేడం.. మీరు అతుకుతో కాకుండా కొత్తది చేయించుకోవాలంటే లక్షల్లో అవుతుంది ఇప్పటికిప్పుడు అంత డబ్బంటే ఎవరికయినా కష్టం కదా...

"ఇంతకీ ఇది మంచి బంగారమేనా" కోమలి ఆదుర్దాగా అడిగింది. అప్పుడు చూసింది ఈ సెల్స్ గాళ్ వేరే అనీ,స్వచ్ఛమైన తెలుగుని, మృదువు గా, కుదురుగా మాట్లాడుతోందనీనూ..ఆ పిల్ల ని చూడగానే భలే నమ్మకం కలిగింది.

★

"అయ్యో మేడం భలే వారే మంచి బంగారమే. ఇంతకు ఇంతా మీకొక కొత్త నగ వస్తుందనే సరికి, 'హమ్మయ్య!' అనుకుని పూర్తిగా రిలాక్స్ అయి, నాద స్వరం విన్న నాగు పాములా ఆ అమ్మాయి సలహా ఫాలో అయిపోవాలని డిసైడ్ అయిపోయింది.

"పైన ఫ్లోర్ లో మాదే వన్ గ్రాం గోల్డ్ షాప్ ఉంది మేడం. అవన్నీ యాంటిక్ పీస్ లు. మీరు ఒక్కసారి వచ్చి చూడండి అంతే. అయినా బంగారం సూత్రాల గొలుసు రోజూ మెడలో వేసుకుని, వాకింగ్ కీ, షాపింగ్ కీ వెళ్ళినపుడూ, వీధిలో ముగ్గు వేసేటపుడూ చైన్ స్నాచర్స్ తో భయం కదక్కా"!!

అదే వన్ గ్రామ్ గోల్డయితే భయమే లేకుండా యాత్రలకి కూడా వెళ్ళిపోవచ్చు" ఏమంటారక్కా అంది ఇంకో సారి.

"అక్కా" అన్న పదం వినగానే కోమలికి పదేళ్ల వయసు ఒక్కసారిగా తగ్గిపోయిన ఫీలింగ్. 'మీ ఫేస్ ఇంత స్మూత్ గా ఉంది ,ఏం ఫేస్ వాష్ వాడతారక్కా' అనగానే హుషారు ఇంకా పెరిగిపోయింది.

ఈ లోపల షాప్ కనబడింది. "చూసుకో... కొనుక్కో... పారిపో" అని ఉంది ఆ షాప్ పేరు. ఇదేంటీ అనే సరికి.. "ఏం లేదక్కా ఈ షాప్ లో నగ కొనుక్కుంటే మళ్ళీ మీరు పోయే వరకూ నల్లబడదు. అందుకే మళ్ళీ మళ్ళీ రారు అని అర్థం వచ్చేలా పారిపో అని పెట్టారు పేరు. మా ఓనర్ గారు ఇంటినుంచి పారిపోయి వచ్చి ఈ షాప్ పెట్టి కోట్లు సంపాదించారు. అందుకే ప్రేమగా "పారిపో "అని పెట్టారుట అక్కా అంది.

సరే , అని లోపలికెళ్ళేసరికి బంగారానికి దీటుగా నగలు. అంతే పూనకం వచ్చిన దానిలా, ఓ సూత్రాల గొలుసు, ఓ చోకర్, ఓ జత రాళ్ళగాజులూ కొనేసి ఓ ఐదు వేల బిల్ కట్టేసింది సంతోషంగా.

ఇక మళ్ళీ కిందకి వచ్చారు. అప్పటిదాకా అక్కా అక్కా అన్న పిల్ల "నారదా! ఆంటీకి ఈ గొలుసు వెయిట్ ఉన్న నెక్లెస్ చూపించూ "అని అరిచింది.

లావుగా ఇంత పొట్టా, వేళ్ళ నిండా ఉంగరాలు,పట్టీ పట్టని ఖద్దరు షర్టు తో, బొంగురు గొంతుతో ఒకాయన వచ్చాడు. టకటకా నాలుగు నెక్లెస్ లు చూపించాడు. ఓ పిల్ల కోమలి వెనకాలే నుంచుని, మెడకి చక్కలిగింతలు పెడుతూ అన్ని నెక్లెస్ ల హుక్కులు పెట్టడం,అద్దం లో చూపించడం, ఆ పక్క కుర్చీలలో వాళ్ళు కూడా ఆహా, ఓహో అనడం..కోమలికి అంతా వేరే లోకం లో ఉన్నట్లుంది.

ఇంతకీ, నా గొలుసు ఎన్ని కాసులుందీ? ఈ నెక్లెస్ ఎన్ని కాసులూ అని అడగబోయిన కోమలి గొంతుని వినబడనట్లు మ్యానేజ్ చేసేసి, ఓ నెక్లెస్ నప్పిందనీ, పెళ్ళికి పెట్టుకుని వెళితే అందరూ ఈర్ష్య పడి చచ్చిపోతారని, అదనీ ఇదనీ ఎవరేం మాట్లాడారో అర్థం కాని స్థితిలో... బిల్ వేసేశారు.

ఆ బిల్ చూడగానే వర్టిగో వచ్చేసింది కోమలికి. ఎవరో ఒరిజినల్ థమ్సప్ బాటిల్ ని నోట్లో పెట్టే సరికి గటా గటా తాగేసింది. కీచక గొంతుతో 'ఇదేంటీ నగ కి నగ వస్తుందన్నారూ?' అరిచాననుకుంది.

"మీరే కదా మేడం, ఈ నెక్లెస్ సెలెక్ట్ చేసుకున్నారూ? మాకేం తెలుసూ "అన్నాడు ఆ నారదుడు. చుట్టూ చూసింది ఒక్కరంటే ఒక్కరు ఆ దరిదాపుల్లో లేరు. నిజమే నారదుడు నెక్లెస్ లు తీసి చూపించాడు కానీ, ఒక్క మాట మాట్లాడలేదు.

"నాకీ నెక్లెసూ వద్దూ ఏమీ వద్దు, నా గొలుసు అతికేసి ఇచ్చేయి" దాదాపు ఏడుస్తూ అంది." ఓ సారి బిల్ వేసాక మళ్ళీ వెనక్కి తీసుకునేదేలేదు మాడమ్" పాష్ గా, మహేశ్ బాబు లా ఉన్న ఓనర్ (కేశవుడి) కొడుకుట సమాధానం ఇచ్చాడు... మొహంలో ఏ ఎక్స్ ప్రెషనూ లేకుండా..

ఏడ్చుకుంటూ , కార్డ్ తీసి గీకింది ఏభై వేల రూపాయలు.. స్టైల్ గా ఓ మంచి ఎర్రెర్రని బాక్స్ లో నాజూకుగా ఉన్న నెక్లెస్ , బిల్ చేతిలో పెట్టారు.

కూర్చొని అసలు బిల్ ఎలా ఏం వేసారా? అని చూద్దామనుకునే లోపల ఓ బలమైన శాల్తీ "నమస్తే థాంక్యూ " అంటూ చేయి ఎంట్రన్స్ వేపు చూపించే సరికి బిక్క చచ్చిపోయి గబ గబా బయటకి ఒక్క ఉరుకు ఉరికింది.

బండి తాళం తీస్తుంటే ఫోన్.. అన్ నోన్ నంబర్.. "మామ్ యూ ఫర్గాట్ యువర్ కర్చీఫ్ హియర్" అని సొంపుగా ఎవరిదో వాయిస్. "యూ టేకిట్ అండ్ యూజిట్ ఫర్ బెగ్గింగ్" అని కచ్చిగా అని...

ఎందుకో తలెత్తి చూసేసరికి పెద్ద బోర్డ్ మీద గోల్డ్ కలర్ అక్షరాలతో "జ్వలితా జ్యూయలర్స్

(అమ్మబోతే అడవి కొనబోతే కొరివి)",

"నగలెవరికీ ఊరికే రావు" అని ఆ జుట్టు పోలిగాడు

అంటున్నట్లు కటౌట్ కనబడే సరికి, ఓరినీ! ఇదా నీ అ.అ... కొ.కొ అంటే అర్థం..

నీ శ్రాద్ధం... పిండా కూడు.. కొరివి కూడా కాదు కారడవి, కొరివి దెయ్యం, కొరివి పిశాచి" అని తిట్టుకుంటూ ఇంటికెళ్ళిపడింది.

మళ్ళీ జీవితంలో టీవీ లో అడ్వర్టైజ్‌మెంట్లు చూడలేదు కోమలి. వాళ్ళాయన తిట్టిన తిట్లనీ, షాపు వాడు తన గొలుసు లోంచి లాఘవంగా లాగేసిన అర కాసు బంగారాన్ని, తనని బురిడీ కొట్టించి 50,000/-ఎక్స్ట్రా తో తన బంగారంలో సగమే తనకి నెక్లెస్ గా అంటగట్టడాన్నీ జీవితంలో మర్చిపోలేదు.

ఇకపై బంగారం కొనని, వన్ గ్రాం గోల్డ్ నగలే కనుక్కుంటాననే ఒట్టు కూడా పెట్టుకుంది.

రీల్స్ కావాలా! నాయనా!

వసంత శ్రీ

కేమర పట్టిన్నడే... సీమ దసరా సిన్నోడు, ఎవ్వల దీస్తున్నడే సీమ దసరా సిన్నోడు. ఈ పాటకు మనవడు, మనవరాలితో కలిసి డాన్స్ చేస్తున్నది భారతమ్మ.

అపుడే గేట్ తీసి లోపలికొస్తున్న సుబ్బారావుకు భారతమ్మ నల్ల కళ్లజోడు పెట్టుకుని గొడుగు కింద నడుస్తుంది. వెనక పనిమనిషి గొడుగు పట్టుకుంది. ముందు చింటూ, సిరిలు, ఫోన్లో ఫోటో తీసుకుంటూ వెనక్కు నడవటం కనిపించింది.

దీని రీల్స్ పిచ్చికి బొందెట్టా! మళ్ళీ ఇదేమి చేసి నెత్తికి తెస్తుందోనీ సుబ్బారావు, భార్యను చూస్తుంటే... పిల్లలు వెనక్కు నడుస్తూ పడ్డారు. పిల్లలు పడ్డారనే హడావుడిలో ఇటునుండి సుబ్బారావు, అటునుండి భారతమ్మ ఇద్దరూ ఢీకొని కింద పడ్డారు. భారతమ్మ లేచింది కానీ సుబ్బారావు కాలుకు ఫ్రాక్చర్ అయింది. ఇపుడు సుబ్బారావు మంచంలో ఉన్నాడు.

‘నీయమ్మ కడుపు మాడ! నీ రీల్స్ పిచ్చి వల్ల ఒకసారి నువ్వు, ఈసారి నేను ఎంత పాటు పడ్డామే! అని భార్యను తిట్టుకుంటూ పాత రీల్సులోకి రీల్ తిప్పుకుంటూ వెళ్ళాడు.

“నీ బుల్లెట్ బండెక్కి వచ్చేత్తపా... డుగ్గు.. డుగ్గుమనీ” యూ ట్యూబ్లో పాట పెట్టుకుని, డాన్స్ చేస్తున్న పిల్లలను, “ఏయ్! పిల్లలూ... ఆపండి ఆ పాట”అంటూ

శంకరాభరణం సినిమాలో, సోమయాజులు 'శారదా!' అని గట్టిగా అరిచినట్లు గా అరిచింది భారతమ్మ.

"ఏంటే ఆ గావుకేకలు? పిల్లలు చూడు, బిక్కమొహాలేసుకున్నారని" మనవడు, మనవరాలిని దగ్గరకు తీసుకుంటూ, అపుడే లోపలికి వచ్చిన సుబ్బారావు అన్నాడు.

"మొన్నటి దాకా నువు కూడా ఆ పాటకు చిందులు వేసినదానివే...ఆ చిందులకే ఈ కాలు విరిగిందన్న కోపంతో అంటున్నావా ఏంటి?" అన్న భర్తతో భారతమ్మ," అవునూ...! ఆ పాట వల్లే ఇలా మంచాన పడ్డాను కోపంగా అంది.

"ఫేస్ బుక్ లో ఆ పిల్ల ఏదో చిన్నపిల్ల, పెళ్లిలో దుగ్గుదుగ్గుమని వాళ్ల ఆయనకు సర్‌ప్రైజ్ గిఫ్టని డాన్స్ చేస్తే, నువ్వు నా షష్ఠిపూర్తి ఫంక్షనులో దుగ్గుదుగ్గుమని చేయటం ఎందుకు? బొక్క బోర్లా పడి కాలు విరగ్గొట్టుకోవటం ఎందుకు?"

ఈ మాటలన్నీ కోడలు గీత వింటూ, ముసిముసి నవ్వులు నవ్వుకుంటున్నది. 'బాగా అయింది శాస్తి ముసలి దానికి, దుగ్గుదుగ్గని, ఢాం మని పడింది'. అది తల్చుకుంటుంటే, గీతకు ఇప్పటికీ నవ్వు ఆగట్లేదు.

"ఏమండీ...!, కాస్త టీవీ పెట్టండండి" భారతమ్మ. సుబ్బారావు టీవీ ఆన్ చేయగానే, యాంకర్ శ్రీ గోల "డెబ్బై ఏళ్ల బామ్మగారు ...దుగ్గు దుగ్గుమని! నీ బుల్లెట్ బండెక్కి వచ్చేత్తపా.. అని డాన్స్ చేస్తూ వాళ్ల భర్తను ఆటపట్టిస్తున్న వీడియో ఇపుడు వైరలుగా మారింది. ఆబాలగోపాలం పసిపాపల నుండి పండు ముదుసలి వరకూ ఈ పాటకు దాసులు అవుతున్నారు. ఈ పాటకు డాన్స్ ఫ్రీగా నేర్పిస్తామని 'ఢీ డిక్కుం డాన్స్ అకాడమీ'వాళ్ళు ముందుకు వచ్చారు. ఏజ్ లిమిట్ లేదు, డాన్స్ చేయాలనే ఆసక్తి ఉంటే చాలు నేర్పుతామంటున్నారు, ఢీ డిక్కుం డాన్స్ అకాడమీ వాళ్ళు. వాళ్ల నంబర్స్ కింద స్క్రోల్ అవుతున్నాయి, వాళ్లకి కాల్ చేసి సంప్రదించవచ్చని" చెప్పింది.

"చూశారా! నన్ను ఆటపట్టిస్తున్నారు గా డాన్స్ చేస్తూ బొక్కబోర్లా పడ్డానని! ఇపుడేమంటారు నాకన్నా ఎంత పెద్దావిడ డాన్స్ చేస్తుందో చూడండి.

'అసలు ఈ బుల్లెట్ బండి పాట రాసిందెవరు నా ప్రాణానికి? ఎక్కడ చూడు ఈ పాటే! అనుకునే లోగా...కేమరా పట్టిన్నడే, సీమ దసర సిన్నోడనే రీల్ వచ్చి నా కాలు ఇరిగింది.' జాలిగా కాలు వైపు చూసుకున్నాడు, సుబ్బారావు.

ఒక ఆరు నెలలై, సుబ్బారావు కాస్త లేచి తిరుగుతున్నాడు. ఒకరోజు ఏమండీ...!, మనం ఈసారి డాన్సులు చేసేవి...కాకుండా కొత్తగా కూర్చొని, మాట్లాడుకునే రీల్స్ చేద్దామా! అంది భారతమ్మ.

మరుసటి రోజు, పాత సినిమాల్లో డైలాగ్సుకు సుబ్బారావు, భారతమ్మ ప్రాక్టీస్ మొదలుపెట్టారు. భారతమ్మ, సూర్యకాంతం డైలాగుకు అనుకరిస్తూ నోరు మెదిపింది. సుబ్బారావు, రేలంగి మాటలకు నోరు మెదిపాడు.

కింద కామెంట్స్లో "మా అభిమాన నటి డైలాగుకు ఎంత దరిద్రంగా మీ ఫేస్ ఎక్స్ప్రెషన్ పెట్టీ రీల్ చేస్తున్నారు. ఇంకో సారి ఇలా చేస్తే, ఆమె అభిమాన సంఘాల వాళ్లము మేమూరుకోమని" కామెంట్ పెట్టారు కొంతమంది.

అది చదివి వినిపించాడు సుబ్బారావు భారతికి. "అదేంటి! నేను బాగానే చేసాగా?" అన్న భారతమ్మతో

"నీకు, నాకు నచ్చుతుంది మిగతా వాళ్లకి కూడా నచ్చాలిగా బారూ...! మళ్ళీ సూర్యకాంతమువి చేస్తే, ఇంటికి వచ్చి మరీ కొడతారు ఆవిడ ఫాన్స్."

"అదేంటి మామయ్యగారు! అత్తయ్యగారి కళాతృష్ణను అలా చంపకండి. కొత్త హీరోయిన్ల డైలాగులకు రీల్స్ చేయిద్దామంది" గీత.

చివరకు, ఒకటి బాహుబలిలో పుల్లలేరుకునే సీనులో అనుష్క మాట్లాడే సీనుకు, అత్తగారిచేత ఎలా నోరు మెదపాలనేదాన్ని ప్రాక్టీస్ చేయించింది గీత.

రీల్ చేసి, ఫేస్ బుక్లో వదిలారు అత్తా కోడలు. ఈసారి కామెంట్లు ఇంకా దారుణంగా వచ్చాయి. మా అభిమాన నటి అనుష్క గారిని నీ బోడి హావభావాలతో అవమానిస్తావా! మీ ఇంటికి ఒక పుల్లల మోపు పంపుతున్నాము చూసుకో అని పంపారు అనుష్కా ఫ్యాన్స్.

చివరగా గీతకు ఒక ఐడియా వచ్చింది. భారతమ్మ కర్ణ కఠోరంగా పాటలు పాడుతుంది. ఇలా పాడిస్తే ఇంకా ఎప్పటికీ రీల్స్ గోల ఎత్తదని, పాటలు పాడటం చేయించింది అత్తగారు చేత.

భారతమ్మ మొదటి పాట జై గణేశ...! పాడింది. "రీల్స్ అయిపోయి పాటలు మొదలెట్టావా తల్లీ" అని రీల్స్ కింద కామెంట్స్ లో పెట్టారు. "ఆ దేవుడు నిన్ను వూరుకోడులే!" అని ఇంకొందరు పెట్టారు.

"పర్లేదు అత్తయ్యగారు, ఈసారి బాగా పాడి పేరు తెచ్చుకోండి అని ఎగదోసింది గీత. "బోబో శంభో. శివ శంభో.!" పాడింది ఈసారి భారతమ్మ.

కామెంట్స్ చూడటానికి భారతమ్మ భయపడుతుంటే, గీత హాపీగా ఎంజాయ్ చేస్తుంది కామెంట్స్ చదివి.

"ధన్యవాదములు! మీ రీల్స్ చూపించి మా కోళ్లకు దాణా వేస్తున్నామని బో..బో అనే మాటను, మేము చెప్పే పని తప్పించారని" ఉంది. సుబ్బారావు," గ్రేట్ బారు, కోళ్ళను రంజిపచేస్తున్నావని" మెచ్చుకున్నాడు సుబ్బారావు. ఆ కామెంట్‌కు ఏడ్వలేక నవ్వింది, భారతమ్మ.

గీతకు నవ్వాగక అక్కడనుండి లోపలికి వెళ్ళింది. ఇంకో పాట, "పాడమని నన్ను అడగవలేనా! పరవశించి పాడానా!" అనే పాత పాటను పాడింది భారతమ్మ.

ఆ పాట కింద కామెంట్లలో "మీ రుణం ఏమిచ్చి తీర్చుకోను? ఎన్నేళ్లనుండో, మలబద్ధకంతో పోరాడుతున్న నేను, ఇపుడు హాయిగా పారుకుంటున్నాను. దయచేసి ఏదోక పాట పాడి, వదలండి, ఆగకండి...! ప్లీజ్! మా మలబద్ధకుల సంఘానికి న్యాయము చేసిన వారవుతారని వుంది.

"ఛీ! ఇలాంటి కామెంట్సుకు నేను స్పందించనని" గీత ముందు గొప్పగా ఒక ఫోజిచ్చింది భారతమ్మ. గీత లోపల నవ్వుకుని, "మరి ఇక చేయరా! రీల్స్ "అని అడిగింది.

"చేస్తాను తగ్గేదే లే...!" అంది భారతమ్మ.

"పోవుచున్నావా! ఔరా యమధర్మరాజా!", పాడిన పాటకు వందల లైక్స్ వచ్చాయి. ఈ పాట వింటూ...మంచంలో ఉన్న మా అత్తగారు పైకి పోయారు. మీ మేలు నేను జన్మలో మరువనని" సుమతి గారు కామెంట్ పెట్టారు.

మీరు ఇదివరకటిలాగే దరిద్రంగా పాడండి ప్లీజ్. ఆ పాటలు వింటూ మేము మా డిప్రెషన్ పోగొట్టుకుంటున్నామని చాలా మంది పెట్టిన కామెంట్సుకు రెచ్చిపోయి, పాటలను తిరగతిప్పి కూడా పాడటం మొదలెట్టింది భారతమ్మ.

తొందరలోనే తిరగతిప్పి చండాలంగా పాడి, తన పాటలకు కొన్ని లక్షల వ్యూస్ సంపాదించింది.

జబర్దస్త్ వాళ్ళు కూడా భారతమ్మను వాళ్ల షోకి పిలిచి అక్కడ పాడించారు. "ప్లీజ్! మీరు పాడకండి ఇకపై మా పొట్ట కొట్టకండీ" అని స్టేజీ పైన వేడుకున్నారు.

"నవ్వుతూ, నా కళను ఆపకండి. దాని ద్వారానే మీరు నన్ను ఇక్కడకు పిలిచారంటూ!" రివర్సులో కౌంటరిచ్చి స్టేజ్ దిగింది భారతమ్మ.

బిగ్ బాస్ షోకు ఎంపికైంది భారతమ్మ. వీధిలో చుట్టాలకు, అందరికీ చెప్పుకుంది నేను నాగార్జుననుకలుస్తునానని. బయటకు వెళ్ళినా జనాలు గుర్తుపట్టి పలకరించటంతో, 'ఇన్నాళ్టికి నా కల నెరవేరటం ఆనందంగా వుందనుకుంది' భారతమ్మ. కానీ! గీత అత్తగారు ఫేమస్ అవ్వటం చూడలేక తనకు వచ్చిన కడుపు మంటకు జెలోసిల్ మాత్రలు మింగుతుంది.

నాగార్జున స్టేజ్ పైన పాట పాడమంటే భారతమ్మ పాడింది. "మీ పాటను వింటూ, ఎంత హాయిగా నవ్వానో!" అన్నాడు నాగార్జున.

"థాంక్స్! చిన్నప్పటి నుండి నాకంటూ ఒక గుర్తింపు రావాలనుకున్నాను. ఇప్పటికి వచ్చింది ఆ గుర్తింపు. నేనిలా ఫేమసవ్వటానికి ముఖ్యకారణమైన ఒక వ్యక్తి ఉంది. ఆమె నా కోడలు, గీత.మనస్ఫూర్తిగా నా విజయాన్ని ఆశించినవారు నా మనవడు, మనవరాలు చింటూ, సిరిలు. వాళ్లకు 'హాయ్' చెప్పమని కోరితే, నాగార్జున చెప్పాడు వాళ్లకు "హాయ్ అని."

వాళ్ళు కూడా "హాయ్, మామ్మా! నువ్వు కప్ కొట్టాలని" చెప్పారు. గీత భారతమ్మతో "గేమ్ బాగా ఆడి రండి" ఏడవ లేక నవ్వుతూ విష్ చేసి చెప్పింది.

"బారూ, జాగ్రత్తా! అక్కడ వాళ్లను నీ పాటలతో ఇబ్బంది పెడితే బిగ్ బాస్ ఇంటికి పంపిస్తాడని" సుబ్బారావు అన్నాడు. నాగార్జున "ఆవిడ పాటలకే ఇంత దూరం వచ్చారని" నవ్వుతూ అన్నాడు.

"అమ్మా! ఇక్కడ కూడా మీరు బాగా ఆడి కప్ తీసుకుని వెళ్తారంటూ!" బిగ్ బాస్ ఇంటిలోకి పంపాడు భారతమ్మను నాగార్జున.

పండగొచ్చింది.

లలితా వర్మ.

పండుగ వారం రోజులుందనగా ఇల్లు సర్దే కార్యక్రమం పెట్టుకుంది రేవతి.

ప్రతిసారీ లాగే ఈసారి మొగుడితో వాదోపవాదాలు తప్పలేదు.

రేవతి భర్త పేరు పి.సి.రావు. అతణ్ణి ఎరిగిన వారు చాటుగా పిసినారి రావు అని చెప్పుకుంటారు.

నిజంగా అదేదో సినిమాలో కోటా వారికంటే, మరో సినిమాలో రాజేంద్రప్రసాద్ కంటే భయంకరమైన పిసినారి. ఇంట్లో ఉన్న పూచిక పుల్లకూడా బయటకు పోనీయడు. ఎంత పాత వస్తువులైనా, ఎంత శిథిలమైనా, తుప్పు పట్టినవైనా దాస్తుంటాడు...ఎపుడో ఒకప్పుడు పనికొస్తాయని.

అలా పోగైన వాటితో షెల్ఫులు నిండిపోయి, ఇల్లు శుభ్రం చేయాల్సి వచ్చినపుడల్లా ఇబ్బందవుతుందనీ,

అయినా అలా పనికిరానివన్నీ ఇంట్లో నింపుకోవడం శని అనీ అంటుంది రేవతి.

ఏది ఎప్పుడు పనికొస్తుందో తెలియదు, పారెయ్యటానికి వీల్లేదంటాడు పిసీ రావు.

పండగొచ్చింది.

అలా నాలుగైదు బ్యాగుల్లో పాత బట్టలు, ఇల్లు కట్టేటప్పుడు ఏరి పెట్టిన చెక్క ముక్కలు, మేకులు, పైపు ముక్కలు, కొంచెం కొంచెంగా మిగిలి ఎండిపోయిన పెయింట్ డబ్బాలు, పాత పనికిరాని టేప్ రికార్డర్లు, క్యాసెట్లు, ఛార్జింగ్ లు, వైర్లు,

ఒకటేమిటి సమస్తం.... ఆ పనికిరాని సామానులతో మెగా మాల్ ఏర్పాటు చేయొచ్చు.

“అంతలా పారేయటం, ఎవరికైనా ఇవ్వటం ఇష్టం లేకపోతే అమ్మేయండి!” అంటుంది రేవతి.

“పిచ్చిదానా! కొనబోతే కొరివి, అమ్మబోతే అడవి. అమ్మితే ఏమొస్తుందే!”అంటాడు పీసీ.

పిల్లలు మాత్రం వాళ్ల గదులు చక్కగా అలంకరించుకున్నారు. వాళ్లకు సంబంధం లేని ఏ వస్తువూ ఆ గదుల్లో ఉండటానికి వీల్లేదు.

మాస్టర్ బెడ్ రూమ్ లో, గెస్ట్ రూంలో మాత్రం షెల్ఫులు నిండిపోగా, పాత ఏంటినాల్లాంటివి మంచం కిందకి చేరాయి.

పీసీ ఎంత పిసినారో పిల్లలిద్దరూ అంత ఖర్చు దారులే.

ఎలక్ట్రానిక్ వస్తువులు ఎక్కువరోజులు వాడకూడదంటూ ఎప్పటికప్పుడు కొత్తవి కొనడం, పాతవి ఎవరికీ ఇవ్వకుండా మొగుడు గారు దాయటం.... ఈ ముగ్గురి తో విసిగిపోతుంది రేవతి.

ఇప్పుడూ అదే గొడవ ఇద్దరికీ!

“సంక్రాంతి పండగొస్తుంది ఈసారైనా పాత వస్తువులకు

మంగళం పాడదామండీ!” అని రేవతి,

“ససేమిరా!” అంటూ పీసీ, పరస్పరం మాటల యుద్ధం చేస్తుండగా... కురుక్షేత్రంలో కృష్ణుడిలా ప్రవేశించాడు

రేవతి అన్నగారు కుటుంబరావు గారు.

ఇద్దరి వాదనా విని చిద్విలాసంగా నవ్వాడు.

రేవతికి కోపం నషాళానికంటుతోంది.

బావగారికి గడ్డి పెడతాడని విషయం చెబితే వీడేంటి ఇలా నవ్వుతున్నాడంటూ అన్నగారిని గట్టిగా చివాట్లేసింది.

అయినా కుటుంబరావు మొహమ్మీద చెరగని చిరునవ్వుతో చెల్లిని శాంత పరిచాడు.

పీసీ చూడకుండా పక్కకి తీసుకెళ్లి ఏదో చెప్పాడు.

ఆ తర్వాత “బావగారూ పండక్కి రెండు రోజుల ముందే మాయింటికొచ్చేయండి. ఈసారి పండుగ మాయింటిలో జరుపుకుందాం. మీ చెల్లి మరీ మరీ చెప్పింది. అది చెప్పటానికే వచ్చాను.” అంటూ ఆహ్వానించాడు కుటుంబరావు.

మనసులోనే ఎగిరి గంతేసినంత పన్జేసి, పైకి మొహమాటం నటిస్తూ “అలాగే బావా!” అని తన సమ్మతిని తెలియజేశాడు పీసీ.

భోగి నాడు పొద్దున్నే వస్తాం. మీరు వెళ్లండంటూ పిల్లలిద్దరూ ఆగిపోయారు.

ఏభయ్యేళ్ల పీసీ, బామ్మర్ది ఇంట్లో కొత్త అల్లుడి మర్యాదలన్నీ అనుభవిస్తూ తెగ ఆనందపడి పోయాడు.

భోగి నాడు మాత్రం పాత వస్తువులను మంటల్లో వేస్తుంటే అతడి ప్రాణం గిలగిలలాడింది.

కొత్త బట్టలు,పిండివంటలు, గాలిపటాలు, రంగు రంగుల రంగవల్లులు, గొబ్బెమ్మలు అన్నీ సంప్రదాయబద్ధంగా పండుగలో చోటుచేసుకున్నాయి. గంగిరెద్దులు,హరిదాసుల దర్శనం కూడా జరిగింది. పండుగ రోజు రాత్రి హాయిగా నిదురించారందరూ. సంక్రాంతి తెల్లవారి బయలుదేరి తిరుగు ప్రయాణమవాలని అలారం పెట్టుకున్నాడు పీసీ.

అలారం కన్నా ముందే ఫోన్ మోగడంతో “ఇంత ఉదయమే ఎవరు కాల్ చేసి ఉంటారబ్బా?” అనుకుంటూ ఫోనెత్తిన పీసీ, తమ పక్కింటి పాపారావు చెప్పిన విషయం విని లబోదిబో మన్నాడు.

అతడి కేకలకు ఇంటిల్లిపాదీ లేచారు. ఏమైందంటే ఏమైందని ప్రశ్నిస్తున్న అందరికీ సమాధానం చెప్పకుండా “ఐపోయింది! అంతా సర్వమంగళమైపోయింది!” అని తలపట్టుక్కూర్చున్నాడు. ఏమైందో చెప్పండి అంటూ రేవతి గద్దించింది.

“మనింట్లో రాత్రి దొంగలు పడ్డారట! ఏం దోచుకుపోయారో ఏమిటో? పాపారావు ఉదయమే వాకింగ్ కి వెళ్తూ తాళం పగులగొట్టి ఉండటం చూశాట్ట. ప్రస్తుతం వాళ్ల తాళం వేసి పెట్టాడట!”

చెప్పాడు పీసీ.

“నే చెప్పానా! తాతల నాటి తాళం కప్పలు పనికిరావనీ, సెంటర్ లాక్ సిస్టమ్ పెట్టుకుందామనీ వింటేనా, మీ పిసినారితనమే కొంప ముంచింది!”

కసిగా అంది రేవతి.

“అమ్మా! నాన్నా! మీ వాదన ఆపి బయలుదేరుతారా

పండగొచ్చింది.

ఏం పోయాయో ఏమిటో చూసుకుని పోలీసు రిపోర్టివ్వాలి!" అని పిల్లలిద్దరూ తొందర పెట్టడంతో బయలుదేరి అరగంటలో ఇల్లు చేరారు పీసీ కుటుంబం.

పాపారావు తాళం తీసి ఆదుర్దాగా లోపలికెళ్ళి

బీరువా క్షేమంగా ఉండటం చూసి ఒకింత తెప్పరిల్లాడు. బీరువాలో వస్తువులు, టీవీ, గట్రా అన్నీ ఉన్నాయి ఏవీ పోలేదు. ఒక్కొక్క గదీ పరిశీలిస్తూ

మాస్టర్ బెడ్ రూమ్ లో షెల్ఫులు తెరిచిన పీసీ కెవ్వుమన్నాడు.

అందులో ఉండాల్సిన సంపద, పాత వస్తువులతో నిండిన బ్యాగులు మాయం.

గెస్ట్ రూంలో ఉన్న బ్యాగులూ మాయం.

మంచాల కింద దాచిన వస్తువులన్నీ మాయం.

లబోదిబోమంటున్న పీసీని చూస్తూ లోలోన నవ్వుకుంటూ "పోనీయండి! పోయిన వన్నీ పాతవేగా! అంటూ ఓదార్చారందరూ.

రేవతి.... అన్నగారికి ఫోన్ చేసి, "థాంక్సన్నయ్యా ఇన్నేళ్లకి పీడా వదిలించావు!" అని చెప్పింది రహస్యంగా.

పిల్లలిద్దరూ తండ్రి చూడకుండా హైఫై ఇచ్చుకున్నారు.

పాపారావు కన్నుగీటి వెళ్లిపోయాడు.

ఇంకా తన ధోరణి మారని పీసీ ఫోన్ మళ్ళీ మోగింది.

ఫోన్ మాట్లాడి ఈ సారీ కేకలేశాడు పీసీ.... ఆనందంగా!

ఏమైందని అడిగినవారికి చెప్పాడిలా...

ఎన్నో ఏళ్లుగా ఆగిపోయిన తన ప్రమోషన్ ఇపుడొచ్చిందనీ, తను ఆఫీసర్ హోదా పొందాడనిన్నీ...

"పీడా వదిలింది. నిజంగా పండగొచ్చింది"

అంటున్న భర్తని చూసి అవాక్కయింది రేవతి.

గంతకు తగ్గ బొంత

వేణుకిషోర్. కే

"ఒరేయ్ సూర్యం ఎక్కడ చచ్చావురా! పిలిస్తే వినిపించి చావడం లేదా? లేకపోతే వినిపించుకోవడం లేదా" అన్నది గావు కేకలు వేస్తూ బామ్మ.

"ఎందుకే బామ్మ, అలా అరుస్తావు. నీ నోటికి భయపడే కదా తాత ఇల్లొదిలి పోయాడు. నన్ను కూడా వెళ్లి పొమ్మంటావా !?"

"ఎంత మాట అన్నావురా సూర్యం? అంతేలే నా కొడుకే ఉంటే నాకు ఈ బాధలే ఉండేవి కావు అంటూ కళ్లొత్తుకుంటుంది" సూర్యకాంతం అలియాస్ కాంతం బామ్మ.

అదీ నిజమేనే!" నాన్న ఉండుంటే నాకు నీ గోల తగ్గేది. నువ్వే కదా తాతని వెతికి తీసుకు రమ్మని మా నాన్నని పంపించేసావు. ఆయనేమో తల్లి మాట జవదాటని కొడుకులా నన్ను, మా అమ్మనీ వదిలేసి పోయాడు"

సూర్యం మాటలకి బామ్మ గతుక్కుమంది. వీడిని కదిపితే మొదటి కే మోసం వచ్చేలా ఉందనీ మనసులో అనుకుంటూ," అది కాదురా సూర్యం ఈ మధ్య ఆరోగ్యం ఏమి బావుండటం లేదు. ఒకసారి ఆసుపత్రికి తీసుకువెళ్లరా అయ్యా !" అన్నది బుజ్జగిస్తునట్లు ...

ఎందుకు బావుంటుంది? "ఎదురింటావిడ చెప్పింది, పక్కింటావిడ చెప్పిందంటూ అడ్డమైన మందులు వాడు, అప్పుడు ఆరోగ్యం బావుంటుంది" అన్నాడు కోపంగా సూర్య.

అది కాదురా "హోమియోపతి మందులు వాడితే ఎటువంటి అనారోగ్యం రాదని చెప్తే అవి వాడానురా. కానీ వాటి వల్ల వేడి చేసి మోకాళ్ళ నొప్పులు ఎక్కువగా ఉన్నాయి" అన్నది మోకాళ్ళు ఒత్తుకుంటూ...

"నీకు మోకాళ్ళు నొప్పులు వచ్చింది వాటి వల్ల కాదే బామ్మ నీ దిక్కుమాలిన కుతూహలంతో ఎదురింటిలో విషయాలు, పక్కింటిలో విషయాలు తెలుసుకోవడానికి వయసు కూడా మరిచిపోయి ఆ పిట్ట గోడ ఎక్కి దూకడం వల్ల వచ్చినవి "అన్నాడు ..

"సూర్యం మాటలకి సిగ్గుపడుతూ ఏదో ఈ వయసులో కాస్త కాలక్షేపం కోసం అంతే రా!" అన్నది సిగ్గు పడుతూ..

"నువ్వు సిగ్గు పడకే బామ్మ, నువ్వు మొన్న పక్కింటి వాళ్లు వాళ్ళ బంధువులు ఎవరికో పచ్చ కామెర్లు వచ్చాయని మాట్లాడుకుంటుంటే నువ్వు సగం సగం విని ఏవో ఆకులు అవి నూరేసి చూర్ణం చేసి తీసుకువెళ్లి ఆవిడ చెప్తున్నా వినకుండా ఆవిడ తో తినిపించేసావు. ఆ చూర్ణం ఏ ఆకులతో చేసావో తెలీదు కానీ ఆవిడకు వారం రోజులు వాంతులు, విరేచనాలు తగ్గలేదు. వారం రోజులూ ఆసుపత్రిలోనే ఉండిపోయారు. నీ దెబ్బకు భయపడి ఇల్లు ఖాళీ చేసి వెళ్ళిపోయారు" అన్నాడు సూర్య వస్తున్న కోపం అణుచుకుంటూ..

ఉక్రోషం వచ్చిన బామ్మ "నేనేమీ పనికిరాని ఆకులతో చేయలేదు. కొంచెం కలబంద గుజ్జు, తులసి ఆకులు, పసుపు, నేలవేము ఆకులు వేసి చేశాను. అవి అన్నీ కూడా ఔషధ గుణాలు కలిగి ఉన్న ఆకులేగా, అవే బాగా నూరి ఇచ్చాను. అవి నూరినందుకు నా చేతులు కూడా నొప్పి వచ్చాయి చూడు" అన్నది చేతులు ముందుకు చాచి ...

ఓసి పిచ్చి బామ్మ, అవన్నీ ఔషధ గుణాలు కలిగినవే కానీ ఒక్కొక్కటీ ఒక్కో వ్యాధినీ నయం చేస్తుంది, కానీ ఇలా అన్ని కలిపి ఇవ్వకూడదు. వాటి వల్ల కడుపులో గేట్లు ఎత్తివేసి ఇలాగే ఆసుపత్రి పాలు చేస్తాయి" అన్నాడు ఆమె చిన్నబుచ్చుకున్నదని నచ్చచెబుతున్నట్లు...

"ఇంక ఊరుకో సూర్యం అత్తయ్యను ఎందుకలా అంటావు? పెద్దవాళ్లను అలా బాధ పెట్టకూడదు. ఇంకెప్పుడూ అలా చేయరులే" అన్నది సూర్య తల్లి

"నువ్వు బామ్మకి వత్తాసు పలకడం ఆపేయ్ అమ్మ! నువ్వు కూడా ఆ గూటి పక్షివే! "ఉష్ణో ఉష్ణో శీతలః" అని బామ్మ చెప్పిందనీ మొన్న ఎదురింటి ఆవిడకు జ్వరం వస్తే వద్దు

బాబోయ్ అంటున్నా వినకుండా తీసుకువెళ్లి ఎర్రటి ఎండలో నిలబెట్టావు. పాపం ఆవిడకు జ్వరంతో పాటు డీ హైడ్రేషన్ ఎక్కువయ్యి కళ్ళు తిరిగి పడిపోయింది. రెండు రోజులు ఆసుపత్రిలో ఉండి ఈ రోజే ఇంటికి వచ్చారు. వాళ్లది సొంతిల్లు కాబట్టి ఎక్కడికి పోలేక నన్ను పిలిచి మీ అమ్మ గారిని, బామ్మ గారినీ ఎవరింటికి వెళ్ళనివ్వకు సూర్యం. అందరూ మాలాగా నెమ్మదిగా ఉండరు. నీకు లేని పోని సమస్యలు వస్తాయి జాగ్రత్త అని చెప్పి నా మీద జాలి పడ్డాడు ఆ పక్కింటి ఆయన ...

బామ్మేమో హోమియోపతి వైద్యం అంటుంది, నువ్వేమో ఆయుర్వేదం అంటావు. డాక్టర్ దగ్గరికి తీసుకువెళ్తా అంటే రారు. నన్నేం చేయమంటారు చెప్పండి. నేను కూడా నాన్నలా ఇంట్లోంచి వెళ్ళిపోనా? అన్నాడు వస్తున్న కోపాన్ని సహనం అడ్డం పెట్టి ఉంచుకుంటూ...

"అలా మాట్లాడకు సూర్యం, ఇంకెప్పుడు నిన్ను ఇబ్బంది పెట్టము. నువ్వు చెప్పిందే చేస్తాము" అన్నారు ఇద్దరు...

నిజంగా వింటారా!? అయితే ముందు తొందరగా రెడీ అవ్వండి. ఇద్దరినీ ఆసుపత్రికి తీసుకువెళ్లి అన్ని పరీక్షలు చేయిస్తాను అన్నాడు సూర్య ...

"ఎందుకురా సూర్యం! డబ్బులు తగలేసుకోవడం ఆసుపత్రికి వెళ్ళిన దగ్గర నుంచి మేమేదో తీవ్రమైన వ్యాధితో బాధపడుతున్నట్లు అటు తిరిగి ఇటు తిరిగి తెగ హడావిడి చేస్తారు.

అన్ని పరీక్షలు అయ్యాక లక్ష రూపాయలు బిల్లు వేసి మీ వాళ్ళకి ఏ సమస్యా లేదు. కొంచెం ఉప్పు, కారం తగ్గిస్తే మంచిది. పాలు, పళ్ళు ఎక్కువగా ఇవ్వండి చాలు అంటారు. ఈ మాత్రం దానికి లక్ష రూపాయులు తగలేయడం అవసరమా!?" అని గుక్క తిప్పుకోకుండా చెప్పిన బామ్మ వాగ్దాటికి తెల్ల మొహం వేసుకుని నిలబడ్డాడు సూర్యం.

ఇప్పుడు నేనేం చేయాలో కాస్త సెలవివ్వండి అంటూ విసుగ్గా అన్నాడు సూర్యం.

అదే అర్థం కావట్లేదు రా సూర్యం "మీ అమ్మకేమో బిపి, నాకేమో షుగరు ఏం తింటే ఏం సమస్య వస్తుందో" అని భయమేస్తోంది అన్నది బామ్మ నడుము మీద చేతులు వేసుకొని ఆలోచిస్తూ ...

"ఏమి కాదు బామ్మ ఉప్పు, కారం, తీపి తినడం తగ్గిస్తే సరిపోతుంది. సాయంత్రం కొంచెం సేపు నడవండి, ఉదయాన్నే కాసేపు ధ్యానం చేయండి. ఇలా చేస్తే ఆరోగ్యం పదిలంగా ఉంటుంది" అన్నాడు సూర్యం ...

నువ్వు చెప్పినవన్నీ చేస్తున్నాము సూర్యం అయినా తగ్గడం లేదు.

"నిజంగా చేస్తున్నారా? అసలు మీరు ఏం చేస్తున్నారో ముందు చెప్పండి" అన్నాడు సూర్యం ఆసక్తిగా ...

నేను చెప్తానురా సూర్యం అన్నది బామ్మ ...

లేదు నేను చెబుతాను అన్నది సూర్యం తల్లి.

అబ్బా ఇద్దరూ ఒక్క సారే కాదు అమ్మా!

ఎవరో ఒకరు చెప్పండి అన్నాడు ...

"మరేమో బామ్మకు తీపి అంటే చాలా ఇష్టం కానీ తినకూడదు కదా! అందుకని రోజుకు పావు కేజీ స్వీట్స్ గంట సేపు నీటిలో నానబెట్టి ఇస్తున్నాను. నేను ఉప్పు, కారం తినకూడదు కదా అందుకే ప్రత్యక్షంగా తినకుండా సాయంత్రం పూట జీడి పప్పు వేయించి వాటి పైన జల్లుకొని తింటున్నారా సూర్యం ..

అదయ్యాక ఇద్దరం కాసేపు ఇల్లంతా తిరుగుతూ నడుస్తాము. ఆ చెప్పడం మరిచిపోయాను ఉదయాన్నే మూడు గంటలకు లేచి ఒక గంట కళ్ళు మూసుకుని కూర్చొని ఆ తర్వాత పడుకుంటాం" అన్నది.

"ఎందుకే అలా" అన్నాడు సూర్య ఆశ్చర్యంగా...

"ధ్యానం అంటే కూర్చొని కళ్లు మూసుకోవడమే కదా" ! అదే చేస్తున్నాము ఇద్దరం అని నవ్వుతూ, మెలికలు తిరుగుతూ చెప్పింది తల్లి ..

తల్లి చెప్పినవి విన్న సూర్యం వడదెబ్బ తిన్నవాడిలా నేల మీద పడి గిలగిల కొట్టుకున్నాడు..

అది చూసిన బామ్మ "ఒసేయ్ కోడలా! వీడు కళ్ళు తిరిగి పడిపోయాడు. కరెంట్ షాక్ ఇస్తే కానీ వీడికి తెలివి రాదు నా గదిలో ఉన్న ప్లగ్ బాక్స్ తీసుకురా ! అన్నది పెద్ద డాక్టరమ్మలా....

అలాగే అత్తయ్య అదే చేత్తో అట్ల కాడ వేడి చేసి తీసుకువస్తాను, వాతలు పెట్టినా తెలివి వస్తుంది అన్నది ఆయుర్వేద డాక్టర్ లాగా ఫీల్ అవుతూ తల్లి ...

ఆ సరే తొందరగా తీసుకురా! అనుకుంటున్న

వీళ్ళ మాటలు విన్న సూర్యం వెంటనే లేచి కూర్చొని నాకేమీ కాలేదు,నేను హ్యాపీ..

రోజూ మీ ఆరోగ్యం కోసం మీరేం చేస్తున్నారో అది కంటిన్యూ చేయండి . మీ అత్త కోడలు ఇద్దరు సూపర్, గంతకు తగ్గ బొంతలు.

ఇంతకు మించి నేనేమీ చెప్పలేను అంటూ అక్కడ నుండి తుర్రు మని పారిపోయాడు.

కవి సమ్మేళనం

జి. రంగబాబు

నాకు ఈ మధ్య ఒక సాహిత్య సభకు రమ్మని ఆహ్వానం అందింది. ఎజెండా ఏమిటంటే షరతులతో కూడిన కవి సమ్మేళనం అని ఉంది. చిత్రంగా అనిపించి

ఆహ్వాన పత్రం మరోసారి పరిశీలించాను. ఆ షరతులు ఏమిటంటే ఒక కవి ఒక కవిత మాత్రమే చదవాలి. కవిత మొత్తం కలిపి ముప్పై పంక్తులు మించరాదు. అలాగే ఒక్కో పాదం రెండేసి సార్లు చదవకూడదు. ఇచ్చిన సమయంలోనే కవితను పూర్తి చేయాలి. కవి సమ్మేళనం పూర్తయ్యే వరకు కవులంతా ఉండాలి సభలో. మధ్యలో ఎవరూ లేచి వెళ్ళకూడదు. కవిత పూర్తవగానే కరతాళ ధ్వనులతో అభినందన తెలియజేయాలి. అలాగే మరికొన్ని షరతులు ఉన్నాయి. ఈ షరతులు ఆసక్తికరంగా అనిపించడంతో అదేదో చూద్దామని బయలుదేరాను.

సభ ప్రారంభం కావడానికి ఐదు నిమిషాలు ముందే చేరుకున్నాను. అప్పటికే కవులు , శ్రోతలు కొంతమంది వచ్చి ఉన్నారు. సమయపాలన నియమం కూడా షరతుల్లో ఉంది. హాలంతా కలయ జూశాను. సుమారు పాతిక మంది వరకు ఉన్నారు. స్టేజిపై నలుగురు ఉన్నారు. సాహిత్య సభల్లో నిర్వాహకులతో కలిపి ముప్పై మంది వరకు ఉన్నారంటే గొప్పే.

స్టేజి పై కూర్చొన్న ముగ్గురి లో ఒకరు సభాధ్యక్షులు. ఒకరు ముఖ్య అతిథి కమ్ స్పాన్సరర్. మరొకరు ప్రధాన వక్త. నాలుగో వ్యక్తి కవి సమ్మేళనం నిర్వహించే వ్యక్తి. అతని చేతిలో ఒక చెక్క సుత్తి ఉంది. ఆ సుత్తి ఏమిటా అని ఆశ్చర్య పోతుంటే ప్రక్కనున్న కవి చెప్పాడు. కవి సమ్మేళనం లో పాల్గొనే కవులు తమ సమయాన్ని మించిపోయి తన్మయత్వం లో మునిగిపోయి ఇచ్చిన టైమ్ ని మర్చిపోతే వారిని హెచ్చరించడానికి ఆ సుత్తి తో రెండుసార్లు కోర్టులో జడ్జిగారు' ఆర్డర్ ఆర్డర్' అని కొట్టినట్లు 'స్టాపిట్ స్టాపిట్' అని అర్థం వచ్చేలా బల్ల మీద కొట్టడానికి అని. బాగుంది ఇదో కొత్త విశేషం అనుకున్నాను మనసులో.

మొదట అధ్యక్షులు వారు తమ అధ్యక్ష ఉపన్యాసం ప్రారంభించారు. తెలుగు భాష అంతరించి పోతున్న తరుణంలో ఇలాంటి సాహిత్య సభలు ఎంతైనా అవసరం అన్నారు. మరింత మంది సాహిత్యాన్ని చదివి ఆదరించాలన్నారు. మంచి కవిత్వం రాసి సమాజానికి ఉపయోగపడాలి అన్నారు. అనంతరం ప్రధాన వక్తకు మైక్ అందించారు.

ఆయన సుమారు అర్ధ గంట సేపు నేటి కవిత్వపు పోకడలు.. వాదాలు .. ఇజాలు. ప్రాంతీయ అభిమానాల గురించి మాట్లాడారు. బాగానే మాట్లాడారు. అయితే కవి సమ్మేళనానికి వచ్చిన కవులంతా అసహనంగా ఫీలయ్యారు. కవి సమ్మేళనం మొదలుపెడితే తమ కవితలు వినిపించేస్తే ఓ పనై పోతుంది కదా ..ఎందుకు ఈ సుత్తి అనుకుంటున్న భావం వారి ముఖాలలో కనిపించింది.

ముఖ్య వక్త ప్రసంగం అయిపోగానే అధ్యక్షుల వారు ముఖ్యఅతిథికి మైకు ఇచ్చి నాలుగు మాటలు మాట్లాడమన్నారు. ముఖ్య అతిథి ఒక బిజినెస్ మాన్. సమయానికి వారు అనుకున్న వ్యక్తి అందుబాటులో లేక ఒక వ్యాపారవేత్తను ముఖ్యఅతిథిగా ఏర్పాటు చేసుకున్నారు. అతనే స్పాన్సరర్ కూడా. ఆ వ్యాపారవేత్త మాట్లాడుతూ "అసలు కవిత్వం అంటే ఏమిటో నాకు తెలవదు. పుస్తకాలు చదవడం నాకు చిన్నప్పటి నుండి అలవాటు లేదు. అందుకే ఆరో క్లాస్ తోనే సదువాపేసి వ్యాపారంలో దిగిపోయాను. మా దగ్గర ఉన్న పుస్తకాలన్నీ ఎకౌంటు పుస్తకాలే. అందులో కవిత్వం ఉండదు. నా పని అయిపోయి ఇంటికి వెళ్ళాక టీవీ ఎట్టుకుంటాను. అందులో సినిమా పాటలు, రియాలిటీ షోలు, బిగ్ బాస్ లు చూస్తాను. కవిత్వం చెప్పే చానల్ ఎక్కడా కనపడదు. మీరంతా కవులు. కవిత్వం రాస్తారు. మీరంతా చల్లగా ఉండాలి. ఎప్పుడూ కవితలు రాస్తూనే ఉండాలా ..అయితే నాదో డౌటు. ఈ కవితలన్నీ ఎందుకోసం రాస్తున్నట్టు... ఎవరికోసం రాస్తున్నట్టు...మీ టైమంతా ఈ కవితలు రాసుకోవడంలోనే గడిపేస్తే మరి మీ ఇంట్లో మీ ఆడవాళ్ళతో, పిల్లలతో ఎప్పుడు గడుపుతారు?

ఈ కవితల్ని పుస్తకాల్లో అచ్చేసి అమ్మితే డబ్బు వస్తుందంటారా? మీ చేతి చమురే వదులుతుందని నా గట్టి నమ్మకం. అచ్చేసి పంచుకోవాలే తప్ప అమ్మకానికి పెడితే కొంటారని గ్యారంటీ ఉందా? అలాంటప్పుడు ఎందుకోసం రాస్తున్నారు ?ఎవరికోసం రాస్తున్నారు ? పుస్తకాలు ఎవరి కోసం వేస్తున్నారు అనేది కాస్త వివరంగా చెబితే ఇనుకుంటా. మరి సెలవు "అంటూ కవులకు ఒక చురక అంటించి చల్లగా కూర్చొన్నాడు ఆ పెద్దమనిషి. సభలో కూర్చొన్న కవులంతా ఒకరి మొహాలు ఒకరు చూసుకున్నారు. నిజానికి తెలియకుండా మాట్లాడినా అతను మాట్లాడిన దాంట్లో పచ్చి నిజం ఉంది అనిపించింది. ఈ పుస్తకాలు ప్రచురించే కవులు అంతా అచ్చేసి పంచుకోవడం తప్ప వారికి ఏం ఉపయోగం ఉంది? మరీ ఎక్కువ కాపీలు ముద్రించిన వారైతే వాటిని ఎలా అమ్మాలా అని మథన పడటంతోనే సరిపోతుంది. ఇది నా అభిప్రాయం. నేను ఆసక్తిగా గమనిస్తున్నాను ఈ తతంగం అంతా.

కవి సమ్మేళనాన్ని ప్రారంభించమని సమ్మేళన నిర్వహణ కర్తకు మైకు అందించారు అధ్యక్షుల వారు. ఆయన మైకందుకుని "ఇప్పుడు కవి సమ్మేళనం ప్రారంభమవుతుంది. మీకు తెలుసుగా ..దీనిలో కొన్ని షరతులు ఉన్నాయి" అని ఆ షరతులను చదివి వినిపించాడు. అందరూ సరేనంటూ తలలూపారు. కవి సమ్మేళనం ప్రారంభమైంది. అందరూ ముందే పేర్లు ఇవ్వడంతో ఒక్కొక్క పేరు పిలుస్తున్నాడు నిర్వహణ కర్త. "మొట్టమొదటగా శ్రీ జోగినాథం గారు తమ కవితను వినిపిస్తారు. ఆయన తన కవితను వినిపించడానికి ఆయనకు కేటాయించిన సమయం ఐదు నిమిషాలు "

వెంటనే సభలో నుండి కవి జోగినాథం లేచి స్టేజి పైకి వచ్చాడు. అధ్యక్షుల వారికి, ముఖ్య అతిథికి, ప్రధాన వక్తకు, కవి సమ్మేళన నిర్వాహకునికి నమస్కారాలు తెలియజేశాడు. శ్రోతలందరి కీ సాహిత్య అభివందనాలు అన్నాడు. తన గురించి, తన పుట్టుపూర్వోత్తరాలు, చదువు, ఉద్యోగం, సాహిత్యం అంటే ఎప్పటి నుండి ఇష్టం వగైరా విషయాలన్నీ కూడా చెప్పుకొస్తున్నాడు. ఐదు నిమిషాలు దాటిపోతుంది. అప్పుడు చప్పుడు చేసింది చెక్క సుత్తి. "అయ్యా...! తమకు ఇచ్చిన ఐదు నిమిషాలు అయిపోయింది. కానీ ఇంతవరకూ మీరు మీ కవిత వినిపించడం మొదలు పెట్టనే లేదు" అన్నాడు నిర్వాహకుడు." అయ్యా...! నిర్వాహకులు గారూ...మీరు కవిత వినిపించడానికి మాత్రమే ఐదు నిమిషాలు కేటాయించారు. కానీ నా గురించి ఉపోద్ఘాతానికి సమయ నియమం ఏమీ పెట్టలేదే. అందుకని నా బయోడేటా పూర్తయ్యాక మీరు ఇచ్చిన సమయంలోనే నేను నా కవితను పూర్తి చేస్తానని తమరికి సవినయంగా మనవి చేసుకుంటున్నాను" అన్నాడా కవి. అతని

సమాధానానికి తల దిమ్మెక్కిపోయింది నిర్వాహకునికి. ఎందుకంటే షరతుల్లో ఉపోద్ఘాతాలు ఇవ్వకూడదని లేదు. నాకు మతిపోయింది ఆ సమాధానానికి. సుమారు పదిహేను నిమిషాలు సాగిన అతని స్వోత్కర్ష అతని కవిత చదవడంతో పూర్తయింది. అతడు ఏం చదివాడో ఒక్కరికీ అర్థం కాలేదని విన్నవాళ్ళ మొహం చూస్తే ఇట్టే తెలిసిపోతుంది. రెండో పేరు పిలిచే ముందు కవిత చదవడానికి ముందు ఉపోద్ఘాతాలేవి ఇవ్వరాదని హెచ్చరించి పేరు పిలిచాడు నిర్వాహకుడు. ఆ కవి స్టేజి మీదకి వచ్చి అందరికీ నమస్కారాలు చెప్పి తనతో పాటు తెచ్చుకుని డైరీ తీశాడు. నాకు భయమేసింది. డైరీ మొత్తం చదవడు కదా అని. పేజీలు తిరగేస్తున్నాడు. అతను చదవాలి అనుకున్న కవిత కనబడ లేదనుకుంటా... వెతుకుతున్నాడు... వెతుకుతున్నాడు. అయినా కనపడలేదు. అతనికి చెమటలు పడుతున్నాయి. మాకు ఒంటిపై తేళ్లు, జెర్రులూ ప్రాకుతున్నట్టుగా ఉంది అతని ప్రవర్తనకు. అంతలో అతని కళ్ళు మెరిసాయి. కవిత దొరికింది అనుకుంటా. వెంటనే “ఆ... దొరికింది... అయితే నేను నా గురించి చెప్పను గాని, నా పేరు కంచి సోమనాథం ఇది నా అసలు పేరు “

అన్నాడు. నాకు అర్థం కాలేదు అలా ఎందుకన్నాడో. అతను కొనసాగించాడు. ఇప్పుడు నేను కవిత చదువుతాను కానీ ఆ దాని పేరు చెప్పను. అంటే దాని శీర్షికను నేను చెప్పను. ఒక సబ్జెక్టుపై రాశాను. కవిత మొత్తం విన్నాక ఆ కవిత దేని గురించి రాశాను మీరు చెప్పాలన్న మాట. అలా చెబితే వాడికి నేను రాసిన పుస్తకాల సెట్టు ప్రెజెంట్ చేస్తాను.” అంటూ తనతో పాటు తెచ్చుకున్న పుస్తకాలను శ్రోతలకు చూపించాడు. అంటే పజిల్ కవిత అన్నమాట. “ముందు చదవండి. తర్వాత చూద్దాం” అన్నారు ఎవరో. అతను కవిత అందుకున్నాడు. పాదం పాదం విడమర్చి నెమ్మదిగా చదువుతున్నాడు. రెండేసి సార్లు చదవకూడదని నియమం వల్ల పాపం ఇబ్బంది పడుతున్నాడు. వింటున్న శ్రోతల మొహాల్లో కత్తి వేటుకు నెత్తురు చుక్క లేదు. ఒక్క ముక్క అర్థం అయితే ఒట్టు. కవిత పూర్తయింది. అంతా నిశ్శబ్దం. అతను శ్రోతల మొహాల్లోకి చూస్తున్నాడు... పుస్తకాల సెట్టు ని చేతితో పైకెత్తి చూపుతున్నాడు. ఏం మాట్లాడతారు...? అతను దేని మీద రాశాడో కాస్తయినా అర్థమైతే గా. “చెప్పండి... దేని మీద రాశానో...?” అని అడుగుతున్నాడు. మాకేం అర్థం కాలేదు. “మాకు తెలియడం లేదు. మీరే చెప్పేయండి” అన్నారు అంతా. “చూసారా... ఎంత అద్భుతంగా రాశానో... దేని గురించి రాశానో తెలియనంత సస్పెన్స్ తో రాశాను. చెప్పేస్తున్నాను. చెప్పుల గురించి” అన్నాడు.

“చెప్పు తీసి కొట్టుకోవాలి అనిపించింది. చెప్పుల మీద కవిత... దానికోసం ఇంత రాద్ధాంతం. ఇలాంటి వారు ఉండబట్టే కవిత్వం మరీ దిగ జారిపోతుంది “అనుకున్నాను.

సరే... ఎవరూ చెప్పలేదని తనతో తెచ్చిన పుస్తకాలు సెట్టు పట్టుకుని తన సీటులోకి వెళ్లిపోయాడు. నిర్వాహకులు తలలు పట్టుకున్నారు. తర్వాత వ్యక్తిని పిలిచారు కవిత వినిపించడానికి. అతడు తనతో పాటు మరొకతన్ని తెచ్చుకున్నాడు. అతడు సభలోని వారందరికీ జిరాక్స్ కాపీలు పంచుతున్నాడు. పంచుతూ “ఇది ఇప్పుడు మా గురువుగారు చదవబోతున్న కవిత. ఆయన చదువుతుంటే మీరంతా ఫాలో అవ్వడానికి కాపీలు పంచుతున్నాను” అన్నాడు. అబ్బో ఇదొక రకమా అనుకున్నాను. తీరా అందుకుని చూస్తే అది ఆ కవి పేరుతో ఉన్న లెటర్ హెడ్ తాలూకు జెరాక్స్. అందులో అతని పేరు, ఆ పేరు కింద అతని బిరుదులు కవిత్వ సామ్రాట్, కవితా పిపాసి, కవి కోకిల వంటి బిరుదులతో పాటు అతని డిగ్రీలు, వివిధ సాహిత్య సంస్థల్లో అతను నిర్వహించే పదవులు, వాకర్స్ క్లబ్, సేవాసమితుల్లో మెంబర్ గాను, నూట నలభై ఆరు సభల్లో పాల్గొన్న ఏకైక కవి అని, ఉగాది కవి సమ్మేళనాల్లోని మేటి కవి బిరుదు వంటివన్నీ అర పేజీకి పైన రాసి ఉండి, క్రింద అతడు చదవబోయే కవిత ఉంది . స్టేజి పై మాట్లాడుతున్నాడు ఆ కవి. “ఉపోద్ఘాతం వద్దు అన్నారని ఇప్పటికిప్పుడే కవిత రాసి జిరాక్స్ తీయించి మీకు పంచిపెట్టాను. నేను కవిత చదువుతుంటే మీరంతా దాన్ని ఫాలో అవ్వడానికి వీలుగా ఉంటుందని “అని చెప్పి కవిత చదవడం ప్రారంభించాడు. కవిత పూర్తయింది. కరతాళ ధ్వనులు తప్పనిసరి అని షరతుల్లో ఉంది కదా...! చప్పట్ల మధ్య దిగిపోయాడు. అతనికి కవిత బాగుంది అంటూ షేక్ హాండ్స్. నా బొందా బాగుంది. అతడి బిరుదులు, అతడి ప్రతాపం చూపించడానికి పంచినట్లు గా ఉంది ఆ పేపరు.

మరో పేరు పిలిచాడు నిర్వాహకుడు. ఆ పేరు ‘ నగ్న సత్య’ . నాకు వింతగా అనిపించింది. ఎవరా అని చూస్తే చెప్పుల మీద కవిత వినిపించిన కవి పుంగవుడే .” మళ్ళీ వచ్చారా ..?” అని అడిగాడు నిర్వాహకుడు.” ఇది నా కలం పేరు “అన్నాడు.” కలం పేరుతో కవితలు వినిపించకూడదని నియమం లేదుగా. నగ్నసత్య నా కలం పేరు . నగ్న సత్యాలు నా కవితల్లో వినిపిస్తుంటాను “అని వాళ్ళ పర్మిషన్ కోసం చూడకుండా వెళ్లి మైకు లాక్కుని కవితలను వినిపించసాగాడు .అతని కవితలు సూర్యుడు వేడిగా ఉంటాడని , వెన్నెల చల్లగా ఉంటుందని ,ఆకాశం నీలంగా ఉంటుందని, రక్తం ఎర్రగా ఉంటుందని, సముద్రంలో నీళ్లు ఉంటాయని ,జలపాతం పై నుండి క్రిందికే ప్రవహిస్తుందని ఇట్లా అందరికీ తెలిసిన విషయాన్ని కవితగా చదివి వినిపిస్తున్నాడు. జనానికి మతులు పోతున్నాయి. ఇవా నగ్న సత్యాలు..? అని బుర్రలు గోక్కుంటున్నారు. విజయ గర్వంతో స్టేజి దిగుతున్నాడు నగ్నసత్య. కరతాళ ధ్వనులు నీరసంగా మ్రోగాయి. తప్పదు కదా. నియమం మరి. నచ్చినా నచ్చకపోయినా చప్పట్లు కొట్టాలి. తర్వాత మరో ఇద్దరు వారి కవితలు వినిపించారు. అవి కవితల్లా లేవు వచనాన్ని

విరిచేసి ముక్కలు ముక్కలు చేసి పాదాలుగా మార్చి కవితలా వినిపించేస్తూంటే.. ఎక్కడా ఒక భావుకత లేక గంభీరమైన పదాలు కానరాక పోయేటిక్ స్పర్శ ఎక్కడా లేని విధంగా ఉన్నాయా కవితలు. వాటిని కవితలు అనడం కంటే తవికలు అనడం భావ్యమేమో. మొత్తానికి తవికెలు పూర్తయ్యాక మరో వెరైటీ పేరు పిలిచాడు నిర్వాహకుడు. ఆ పేరు' గావు కేక' మళ్ళీ విచిత్రంగా చూశాను. ఇందాకటి నగ్నసత్య యే మళ్ళీ ఈ పేరుతో రాలేదు కదా అనిపించింది. తీరా చూస్తే అతనే. లేచి ఠీవి గా నడుచుకుంటూ వచ్చేస్తున్నాడు. చేతిలో డైరీతో. నిర్వాహకుడు మళ్ళీ అడ్డుకున్నాడు. "ఇందాక రెండు సార్లు వచ్చి కవితలు వినిపించారు కదా... మళ్ళీ వచ్చారేం? అయినా ఇన్ని పేర్లు మార్చి ఇచ్చారేం...? అయినా ఇదేం పేరు?" అన్నాడు. "ఇది నా గళం పేరు" అన్నాడు. "గళం పేరా? కలం పేరు విన్నాం గానీ గళం పేరు ఎక్కడా వినలేదు." అన్నాడు ఆశ్చర్యంగా.

"అదే కదా మన ప్రత్యేకత, ఎవరికి లేని పేర్లు పెట్టుకోవడమే నా స్పెషాలిటీ. ఈ పేరుతో నేను పాడే కవితలన్నీ రాగయుక్తంగా ఉంటాయి. అందుకని ఈ పేరు ప్రత్యేకతను మీరు తెలుసుకోవాలంటే నేను కవిత పాడాల్సిందే.. మీరు వినాల్సిందే.." అంటూ మళ్ళీ అతను చేతిలోని మైకును లాక్కుని పాట మొదలుపెట్టాడు. అది కవితో, వచనమో, గేయమో,పాట ఏమిటో తెలియని అయోమయ పరిస్థితి లోకి వెళ్లిపోయారు శ్రోతలు. వచనాన్ని ఏదో కూని రాగం లాంటి ఏదో రాగంతో ఖూని చేస్తూ రాగాలాపన

చేస్తున్నాడు. మధ్యలో అధ్యక్షుడి దగ్గర ఉన్న మంచి నీళ్ల బాటిల్ తీసుకుని త్రాగి మళ్ళీ మొదలు పెడుతున్నాడు . సమయం దాటిపోయింది. నిర్వాహకుడు కర్ర సుత్తికి పని చెప్పాడు. సుత్తి తో బల్లపై రెండు సార్లు కొట్టాడు. కవికి వినబడలేదు కాబోలు పాట ఆపలేదు .మళ్ళీ గట్టిగా కొట్టాడు లాభం లేకపోయింది.

"అయ్యా ... కవి గారూ...!" అని గావుకేక పెట్టాడు. ఆ కేక గాలిలో కలిసిపోయింది. సుత్తితో మళ్ళీ మళ్ళీ కొడుతున్నాడు తన శక్తి వంచన లేకుండా. అబ్బే... కవిగారు ఈ లోకంలో ఉంటేనా? కళ్ళు మూసుకుని తన్మయత్వంతో పాడేస్తున్నాడు. షరతులను ఉల్లంఘించేస్తున్నాడు.. నియమాల్ని ఎప్పుడో తుంగలో తొక్కేశాడు. నిర్వాహకుడు కొట్టే సుత్తి దెబ్బలు తన పాటకి తాళం అనుకుంటున్నాడల్లే ఉంది.. చేతిలోని మైకు లాగేసుకున్నాడు సభాధ్యక్షుడు. కవి పాట ఆపలేదు. సుత్తితో కొట్టి కొట్టి చెయ్యి పడిపోయింది నిర్వాహకుడికి.

బల్ల విరిగిపోయి రెండు చెక్కలైంది సుత్తి దెబ్బలకి. అయినా పాట ఆగలేదు. వెనకాల ఉన్న బ్యానరును చింపేశాడు నిర్వాహకుడు ఇంకేం చేయలేక. అతను పాట ఆపలేదు. తమ

షర్టులని చింపేసుకుంటున్నారు నిర్వాహకులు. అయినా పాట ఆపలేదు. "ఇంతటితో కవి సమ్మేళనం సమాప్తం!" అని అనౌన్స్ చేసేశారు మైక్ లో. అందరూ స్టేజి దిగి బయటకు వెళ్లిపోయారు నిర్వాహకులు అక్కడ ఉండలేక. సభలో ఉన్న కవులతో పాటు నేనూ బయటకు దారి తీశాను. కాదు... కాదు... పరుగు తీశాను. ఆ కవి మాత్రం కవితను అలా పాడుతూనే ఉన్నాడు ఆవేశంగా... అనంతంగా...!

వెంకి పెళ్లి సుబ్బి చావుకొచ్చింది

కొయిలాడ రామ్మోహన్ రావు

'పనిలేని మంగలి పిల్లి తల గొరిగాడని...' అని మా నాయనమ్మ తరచు అంటూ ఉండేది. 'మంగలి పిల్లి తల, కుక్క తల గొరగడమేమిటి? పనిలేని మంగలి పిలిచి తల గొరిగాడని, అన్నది సామెత' అని మా నాన్న ఎన్నిసార్లు కరెక్ట్ చేసినా, మా నాయనమ్మ అలాగే అంటూ ఉండేది. అది తలుచుకొని చాన్నాళ్లు నవ్వుకున్నా, ఇటీవల కాలంలో ఆ సామెత వినగానే నాకు నవ్వు రావడం లేదు. మరేదో వస్తుంది. ఎందుకంటే మా ఇంట్లో కూడా ఒక పనిలేని మంగలి తయారయ్యాడు. ఇంకెవరు? మా ఆయనే. రిటైర్ అయిపోయిన దగ్గర్నుంచి ఆయనకేమీ తోచటం లేదు. ఉద్యోగం చేసినన్నాళ్ళు చాలా బిజీగా ఉండేవారు. సెలవు రోజుల్లో కూడా ఆఫీస్ పనే. అలాంటి మనిషి రిటైర్ అయ్యే సరికి పిచ్చెక్కినట్లు అయిపోయారు. రిటైర్ అయినందుకు ఆయన కన్నా నేనే ఎక్కువగా బాధపడుతున్నాను. ఎందుకంటే రోజుకొక సమస్య తెచ్చి నన్ను ఇబ్బంది పెడుతున్నారు. నా బాధలన్నీ ఎవరికి చెప్పుకోవాలి?

రిటైర్ అయిన మర్నాటి నుంచి సణుగుడు మొదలుపెట్టారు. 'విశాలా... బాత్‌రూంలో లైట్ ఆఫ్ చేయడం మర్చిపోయావు. ఉదయం హాల్లో ఫ్యాన్ వేసి, ఆఫ్ చేయకుండా వెళ్ళిపోయావు. శబ్దం విని నేనే వెళ్లి ఆఫ్ చేసి వచ్చాను. చూడు చూడు... కుక్కర్ మూడు

కూతలు కూసింది. ఆలస్యం అయితే అన్నం జావ అయిపోతుంది' అంటూ ఒకటే నస. ఇవన్నీ ఎలాగో భరిస్తూ వస్తున్నా, కొత్త కొత్త సమస్యలు పుట్టిస్తున్నారు.

ఒకరోజు ఉదయమే ఒక ఫంక్షన్ కి బయలుదేరాను.

"ఏవండీ నేను పెళ్ళికి వెళ్తున్నాను గాని అక్కడ భోజనం చేయను. రాజుగారు హోటల్ నుంచి ఇద్దరికీ పలావ్ తెచ్చేయండి. తొందరగానే వచ్చేస్తాను" అని చెప్పి వెళ్ళిపోయాను. అనుకున్నట్లే భోజనం టైం కన్నా ముందే ఇంటికి తిరిగి వచ్చాను. ఇంట్లోకి అడుగుపెడుతూనే పలావు వాసనతో ఇల్లంతా ఘుమ ఘుమలాడిపోతుంది. రాజు గారి పలావు బాగుంటుంది కానీ ఇలా ఇల్లంతా ఘుమ ఘుమలాడడం నేను ఎన్నడూ ఎరగను. గుమ్మం దగ్గరే చిరునవ్వుతో ఎదురుపడిన మా శ్రీవారిని అదే విషయం అడిగితే గర్వంగా నవ్వుతూ,

"నేనే చేశాను. పలావు కాదు, బిర్యాని" అన్నారు.

"మీరు చేశారా? మీకు వంట రాదు కదా? ఈ ప్రయోగం ఏమిటండి అసలే ఆకలి దంచేస్తుంటే?" అంటూ దిగాలు పడిపోయాను.

"పిచ్చిదానా! ఈ రోజుల్లో వంట పెద్ద విశేషం కాదు. మిక్సీలు, గ్రైండర్లు, కుక్కర్లు, మసాలాపొడులు అందుబాటులో ఉంటే కష్టమేముంది? అదనంగా యూట్యూబ్ నాలెడ్జ్ కూడా ఉంది. రారా... ఆలస్యం చేయకుండా చేతులు కడుక్కొని రా. నాకు కూడా చాలా ఆకలిగా ఉంది" అన్నారాయన. డైనింగ్ టేబుల్ మీద నీటుగా రెడీ చేసిన కలర్ ఫుల్ బిర్యానీని చూస్తూ 'బాగానే ఉంటుందిలే' అని ఆశిస్తూ, వాష్ బేసిన్ దగ్గరకు వెళ్లి చేతులు కడుక్కొని వచ్చాను. ఆ బిర్యానీ టేస్ట్ ఎలా ఉంటుందో చూడాలని ఆత్రుతగా కూర్చుంటూ, ఆయన వైపు చూశాను.

"మొదలు పెట్టండి. ఇంకా ఆలస్యం దేనికి?" అన్నాను.

"నా వంట ఎలా ఉందో నువ్వు సర్టిఫికెట్ ఇవ్వాలి. దాని కోసమే ఎదురు చూస్తున్నాను" అన్నారు ఆయన ఎంతో ఆసక్తిగా. బిర్యానీ వైపు చూసి, దాని వాసన ఆస్వాదిస్తూ,

"భేష్... వాసన బాగుంది. బిర్యానీ రైస్ ముక్కలు అవ్వకుండా చక్కగా ఉంది. ఇది చాలు మీకు మంచి సర్టిఫికెట్ ఇచ్చేయడానికి" అంటూ నవ్వుతూ బిర్యానీ నోట్లో పెట్టుకొని, ఆయన వైపు చూశాను. రిజల్ట్ కోసం ఎదురుచూస్తున్న స్టూడెంట్ లా ఉంది, ఆయన ముఖం.

"సూపర్... టేస్ట్ అదిరింది" అంటూ అభినందించాను. ఆయన ముఖం వేయి క్యాండిల్ ల బల్బులా వెలిగిపోయింది. మూడో ముద్ద తింటే గాని, ఆయన చేసిన బిర్యానీ గురించి నాకు పూర్తిగా తెలియలేదు. మొదటి రెండుసార్లు చికెన్ ముక్కల వల్లో, దేని వల్లో

తెలియదు కానీ, మంచి రుచిగా అనిపించింది. మూడో ముద్ద నోట్లో పడగానే మసాలా ఘాటు తన సత్తాని చూపించింది. ఆ ఘాటుకి నా చెవుల్లోంచి పొగలు వచ్చినట్లు అయింది.

“ఇదేమిటండి? ఎంత ఘాటుగా ఉంది?” అన్నాను.

“గుంటూరు బిర్యానీ. కాస్త ఘాటుగా ఉంటుంది మరి” అంటూ తలొంచుకొని తినేస్తున్నారాయన. అప్పుడు మరో విషయం తెలిసింది. అదే ... నూనె ఎక్కువ అయిందని. చేతిని చూసుకుంటే, ఇప్పట్లో వదలని నూనె జిడ్డు. ఆ నూనె వల్ల వికారం వచ్చినట్లు అయింది. ప్లేట్ ను దూరంగా నెట్టి,

“అమ్మ నాయనోయ్! ఇదేమి బిర్యానీ? ఎవడు చెప్పాడు ఈ రెసిపి?” అంటూ అరిచాను.

“పిచ్చెక్కిస్తా చూసుకో అనే ఛానల్ లో చూశాను. చాలా పాపులర్ అది. లక్ష మంది వ్యూయర్స్ ఉన్నారు ...” అంటూ ఏదో చెప్పబోయారాయన.

“ఇలాంటి ప్రయోగాలు నామీద చేయకండి. పెళ్లిలో భోంచేసి వచ్చినా బాగుండును” అని అరిచి, రెండు అరటి పండ్లు తిని నీళ్లు తాగాను. ఎప్పుడూ నా వంటకు వంకలు పెట్టే ఆయన, మారు మాట్లాడకుండా తడవ తడవకు మంచినీళ్లు తాగుతూ బిర్యానీ తింటున్నారు. కొంచెం జాలి కలిగినా, ‘బాగా అయింది. మరోసారి ఇలాంటి ప్రయోగం చేయరు’ అనుకుని సమాధానం పడ్డాను.

వదిలేసిన బిర్యానీని డస్ట్ బిన్ లో పడేద్దామని వంటగదిలోకి వెళ్ళిన నేను, స్పృహ తప్పి పడి కింద పడే పరిస్థితి వచ్చింది. అక్కడ రామ – రావణ యుద్ధం జరిగినట్లు ఉన్న సీను కనిపించింది. స్టవ్ పక్కన ఉన్న గట్టుమీద ఎన్నో రకాలైన పాత్రలు, డబ్బాలు చిందరవందరగా కనిపించాయి. బీరువాలలో ఉండాల్సిన సామాన్లు సగం, అక్కడే ఉన్నాయి. ఉల్లిపాయ తొక్కలు ఎక్కడ బడితే అక్కడ పడి ఉన్నాయి. స్టవ్ మీద అన్నం మెతుకులు చిందరవందరగా ఉన్నాయి. ‘ఇదంతా క్లీన్ చేయడానికి నాకు ఒక పూట పట్టేటట్టు ఉంది’ అంటూ తలబాదుకొని,

“మరోసారి వంట గదిలోకి వెళ్తే నేనేం చేస్తానో నాకే తెలియదు” అంటూ హెచ్చరించాను. ఆయన కిమ్మనకుండా మౌనంగా ఉండిపోయారు. కానీ కొంతసేపయ్యాక నా దగ్గరికి వచ్చి ఈ ప్రయోగం సక్సెస్ అయితే నీకు రకరకాల వంటలు చేసి పెడదాం అనుకున్నాను” అనగానే, సర్రున లేచాను. చేతులెత్తి దణ్ణం పెట్టి,

“మహానుభావా... ఇక చాలు. మీరు ఏ ప్రయోగాలు చేయకండి. నన్ను ఇలా బతకనివ్వండి” అంటూ గయ్యిమన్నాను. దాంతో ఆయన గప్ చిప్ గా అక్కడి నుంచి

వెళ్ళిపోయారు.

ఆ మర్నాటి నుంచి లాప్టాప్ దగ్గర పెట్టుకొని, ఇంటర్నెట్లో ఏవేవో చూస్తూ రెండు రోజులు గడిపేశారు. కానీ ఆ తర్వాత లాప్టాప్ పాడైపోయింది. అప్పుడు ఆయన మొహం చూడాలి. నాకు చాలా జాలేసింది.

"దిగులు పడకండి. బాగు చేయించుకోండి. లేకపోతే కొత్తది కొనుక్కోండి" అని సలహా ఇచ్చాను. దానికి ఆయన చిరునవ్వు నవ్వి,

"నో ప్రాబ్లం. నేను చూసుకుంటానులే" అన్నారు.

ఏం చూసుకుంటారో నాకు అర్థం కాలేదు. కానీ మర్నాటికల్లా లాప్టాప్ బాగయిపోయింది. ఇంతకు ముందు కన్నా బాగా పనిచేస్తుంది. స్పీడ్ కూడా పెరిగింది. ఎలా సాధ్యమైందో నాకు అర్థం కాలేదు. ఆ మాటే అడిగితే,

"లాప్టాప్ లేకపోతే నేమి, స్మార్ట్ ఫోన్ ఉంది కదా? అందులో చెక్ చేశాను. లాప్టాప్ బాగు చేసే పద్ధతిని కనుక్కున్నాను. ఆ పద్ధతి ప్రకారం నా లాప్టాప్ ను నేనే బాగు చేసుకున్నాను" అన్నారు గర్వంగా. చాలా ఆనందపడ్డాను కానీ ఆ ఆనందం ఎక్కువ కాలం నిలవలేదు. 'వెంకి పెళ్లి సుబ్బి చావుకొచ్చింది' అన్నట్లు మరో పరిస్థితి ఎదురైంది.

మర్నాడు ఆయన చేసిన ఘనకార్యం, ఆయన కొలీగ్ ఆంజనేయులు దగ్గర గొప్పగా చెప్పారు. ఆంజనేయులు లాప్ టాప్ కూడా పాడవడంతో రిపేర్ చేసి పెట్టమని బ్రతిమాలాడు. మా ఆయన ఒప్పేసుకుని విజయగర్వంతో ఆ లాప్ టాప్ ని మా ఇంటికి తెచ్చేసారు. రెండు మూడు గంటలు ఇంటర్నెట్లో అధ్యయనం చేశాక ఆయనకు గట్టి నమ్మకం వచ్చింది. ఆంజనేయులుకు ఫోన్ చేసి మర్నాడు ఉదయానికల్లా లాప్టాప్ ని రెడీ చేస్తానని, వచ్చి పట్టుకెళ్ళమని చెప్పారు.

ఆయన ఉత్సాహం చూస్తే నాకు చాలా ముచ్చట చేసింది. ఆయన అడక్కుండానే వేడి వేడి కాఫీ అందించి, బెస్ట్ ఆఫ్ లక్ చెప్పాను. ఇనుమడించిన ఉత్సాహంతో ల్యాప్ టాప్ ని రిపేర్ చేయడం మొదలుపెట్టాక గంట పోయిన తర్వాత చూస్తే... దాన్ని పూర్తిగా విప్పేసినట్టున్నారు, పార్టులన్నీ విడి విడిగా టేబుల్ మీద ఉన్నాయి. నాకెందుకో కాస్త గాబరా వేసింది.

"ఏమండీ ... మళ్లీ దాన్ని యధాతధంగా బిగించేయగలరు కదా?" అంటూ సందేహాన్ని వెలిబుచ్చాను.

"పిచ్చిదానా... ఏమనుకుంటున్నావ్ ఈ చిరంజీవిని?" అంటూ నవ్వి,

"బుర్ర కాస్త వేడెక్కిపోయింది. చల్లని గ్రేప్ జ్యూస్ చేసి పట్టుకొస్తావా?" అంటూ రిక్వెస్ట్ చేశారు.

"ఓ... దానికేం భాగ్యం? తెస్తాను ఉండండి" అంటూ వంట గదిలోకి వెళ్లాను.

జ్యూస్ పట్టుకొని హాల్లోకి వెళ్లే సరికి టేబుల్ మీద అంతా నల్లని పొగలు. ఏదో బాగా కాలిన వాసన వస్తుంది. దాంతో నాకు చాలా భయం వేసింది. పొగలు కమ్మేయడం వల్ల ఆయన ముఖమంతా నల్లగా కమిలిపోయింది. దగ్గుతూ ఉక్కిరిబిక్కిరి అయిపోతున్నారు. ఇంకా ఏవో పార్ట్ లు కాలుతున్నట్లున్నాయి. చిటపట శబ్దం వినిపిస్తుంది.

"ఏమైందండీ? మీకేం కాలేదు కదా? మీరు బాగానే ఉన్నారా?" అంటూ ఆందోళన పడ్డాను. వెర్రి మొహంతో నా వైపు చూసి,

"ఏం కాలేదులే. ఐసి బర్న్ అయినట్టుంది. కానీ అది ఎలా జరిగిందో అర్థం కావడం లేదు" అంటూ జ్యూస్ అందుకొని గట గటా తాగేసి,

"అమ్మయ్య! దీంతో మైండ్ కూల్ అవుతుంది. నువ్వు లోపలికి వెళ్ళు. దీని సంగతేమిటో చూస్తాను" అని నన్ను లోపలికి పంపేసి, రెండు మూడు గంటలు దాంతో కుస్తీ పట్టారు. నేను మళ్ళీ హాల్లోకి వెళ్లే సరికి ఆ ల్యాప్టాప్ పార్ట్స్ అన్ని బ్యాగ్ లో సర్దుతూ కనిపించారు.

"ఏం చేస్తారు?" అని అడిగాను.

"ఏం చేస్తాం? మెకానిక్ దగ్గరికి తీసుకెళ్తున్నాను. తప్పదు కదా" అంటూ నీరసంగా నవ్వారు. జాలిపడాలో, కోపగించుకోవాలో తెలియలేదు.

లాప్ టాప్ బాగవడానికి మూడు రోజులు పట్టింది. నాలుగు వేలు వదిలింది. ఆ మూడు రోజులూ, రోజుకు మూడుసార్లు ఆంజనేయులుకు అబద్దాలు చెప్పి తప్పించుకోవడానికి ఆయనకు తల ప్రాణం తోక్కొచ్చింది. తొందరగా రిపేర్ చేయమని మెకానిక్ ని బతిమాలి, బతిమాలి ఆయన బాగా నలిగిపోయారు. ఆయన్ని చూస్తే జాలి వేసినా, ఇకపైన 'ఇలాంటి పనులు చేయరులే' అని సమాధానం పడ్డాను.

అదీ ఇప్పటి పరిస్థితి. ఈ రెండు అనుభవాలతో ఆయన ఇక పైన కుదురుగా ఉంటారని అనుకోను. మళ్ళీ ఏ ఉపద్రవం ఎదురవుతుందో చూడాలి.

KASTURI VIJAYAM

📞 00-91 95150 54998

KASTURIVIJAYAM@GMAIL.COM

SUPPORTS

- **PUBLISH YOUR BOOK AS YOUR OWN PUBLISHER.**

- **PAPERBACK & E-BOOK SELF-PUBLISHING**

- **SUPPORT PRINT ON-DEMAND.**

- **YOUR PRINTED BOOKS AVAILABLE AROUND THE WORLD.**

- **EASY TO MANAGE YOUR BOOK'S LOGISTICS AND TRACK YOUR REPORTING.**

www.ingramcontent.com/pod-product-compliance
Lightning Source LLC
LaVergne TN
LVHW032312230825
819405LV00031B/686
* 9 7 8 8 1 9 7 4 4 7 4 3 3 *